Foreword

With the number of individuals visiting Japan from abroad increasing every year, there is a diverse range of backgrounds and learning needs when it comes to those learning Japanese. With foreign exchange students, for example, while some may receive high-level Japanese language education, others have only begun to live in Japan and have no Japanese knowledge whatsoever. Others may only be residing in Japan for a short time, such as those on vacation or training. This book is meant for these individuals who want to learn Japan from the ground up. Start by learning about Japanese words so that you get more familiar with the Japanese language. From there, start using what you've learned as you live your life in Japan.

J-Research Press

Lời mở đầu

Người nước ngoài tới Nhật Bản tăng lên hàng năm với nhiều lí do học tiếng Nhật khác nhau cũng như nhu cầu học tập đa dạng. Có người được học tiếng Nhật ở trình độ cao như du học sinh và cũng có người chỉ vừa mới bắt đầu cuộc sống tại Nhật Bản, hoàn toàn không có kiến thức gì về tiếng Nhật. Ngoài ra cũng có những người lưu trú ngắn hạn tại Nhật Bản với mục đích du lịch hoặc tu nghiệp. Cuốn sách này chính là cuốn sách dành cho những người như thế và muốn bắt đầu học tiếng Nhật từ con số 0. Trước tiên, các bạn hãy hiểu tiếng Nhật là ngôn ngữ như thế nào và quen dần với nó. Hy vọng sau đó các bạn sẽ sử dụng được từng chút một trong cuộc sống tại Nhật Bản.

Báo chí J-Research

はじめに

　日本を訪れる外国人は年々増え、日本語を学ぶ人のバックグラウンドや学習ニーズはさまざまです。留学生をはじめ、高度な日本語教育を受ける人もいれば、日本で生活を始めたばかりで、日本語の知識がまったくない人もいます。また、観光や研修などの目的で日本に短期滞在をする人もいるでしょう。本書は、まさにそうした人たちがゼロから日本語を学ぶための本です。まずは、日本語がどんな言葉かを知り、慣れ親しんでいただきたいと思います。そして、日本で生活する中で、少しずつ使っていただければと願います。

Ｊリサーチ出版

How to Use This Book
Cách sử dụng cuốn sách này
（この本の使い方）

PART 1

Japanese Characters and Sounds
Chữ viết và âm trong tiếng Nhật（日本語の文字と音）

In this part, you will learn the basics of Japanese characters and sounds, with a focus on Hiragana and Katakana.
Học về chữ viết và phát âm cơ bản của tiếng Nhật trọng tâm là chữ Hiragana và Katakana
ひらがなとカタカナを中心に、日本語の文字と音の基本を学習します。

PART 2

Japanese Words and Expressions
Từ và cách nói tiếng Nhật（日本語のことばと表現）

❶ First, you will learn basic vocabulary for each of 11 scenes and themes.
Học những từ cơ bản theo 11 chủ đề, đề tài
11の場面・テーマごとに、まず、基本単語を学習します。

❷ You will then practice expressions that use the most fundamental sentence patterns.
Luyện tập cách nói qua các mẫu câu cơ bản nhất
さらに、最も基本的な文型を使った表現練習をします。

Content of the attached CD
The CD contains vocabulary, phrases, practice expressions, and more for each unit.
Nội dung đĩa CD kèm theo
Thu âm từ vựng, cụm từ, các mẫu câu luyện tập của từng bài.
付属 CD の内容
各ユニットの単語やフレーズ、練習の表現などを収録しています。

| Learning through the textbook
Học bằng sách
（テキストの学習） | Learning through E-Learning
Học qua mạng
（Eラーニングの学習） |

PART 1

UNIT 1	
UNIT 2	3-7Days
UNIT 3	

PART 2

UNIT 1	1 Day
UNIT 2	1 Day
UNIT 3	1-2Days
UNIT 4	1-2Days
UNIT 5	1 Day
UNIT 6	1-2Days
UNIT 7	1 Day
UNIT 8	1 Day
UNIT 9	1 Day
UNIT 10	1-2Days
UNIT 11	1 Day

Practice / Further Learning for Each Unit

※ Approximately 400 learning steps in total

Luyện tập và học mở rộng theo từng bài

※ Toàn bộ có khoảng 400 bước học tập

各ユニットの練習・発展学習

※ 全体で約 400 の学習ステップ

Specialized site for this book
Trang web chuyên cho cuốn sách này
（この本の専用サイト）

https://www.jresearch.co.jp/book/b449068.html

⬇ Voice Download Instructions

How to download voice data

| STEP 1 | Go to 「https://audiobook.jp/exchange/jresearch」 on the Internet! |

※ Please either click on the Voice Download banner on the J-Research website (http://www.jresearch.co.jp), or visit the above URL.

| STEP 2 | Go to the user registration page on audiobook.jp from the displayed page! |

※ You will need to register as a member of the audiobook.jp audiobook distribution service (free registration) in order to download voice data. If you are already an audiobook.jp member, please skip to STEP 3.

| STEP 3 | After registering, go back to the page on STEP 1 and enter 「24390」 in the serial code field, then click 「送信」! |

※ The page will then say 「作品がライブラリに追加された」.

| STEP 4 | Download the necessary voice files! |

※ If you are on a smartphone, you will receive instructions on how to use the 「audiobook.jp」 app. Please use the service via the app.
※ If you are on a PC, please download voice files from 「ライブラリ」.

❗ Please note!
- Voice files can be played on PCs, or on iPhone and Android smartphones, or on tablets.
- Voice data can be downloaded and played as many times as you want.
- Please direct any questions about downloads and app usage here: info@febe.jp (Monday - Friday, 10AM - 8PM)

⬇ Hướng dẫn tải file âm thanh

Cách tải file âm thanh

STEP 1 — Vào trang web **https://audiobook.jp/exchange/jresearch**

※ Có thể click vào banner 「音声ダウンロード」 trên trang chủ của nxb J-Research (http://www.jresearch.co.jp) hoặc nhập đường link URL phía trên

STEP 2 — **Khi trang mới hiện ra, hay vào trang đăng kí thành viên của audiobook.jp!**

※ Để tải file âm thanh, phải đăng kí thành viên (miễn phí) dịch vụ cung cấp sách tiếng audiobook.jp . Ai đã là thành viên audiobook.jp thì sang bước thứ 3.

STEP 3 — **Sau khi đăng kí xong, vào lại trang ở bước 1, nhập số 「24390」 vào ô Serial Code rồi ấn nút 「送信」**

※ Sẽ hiện lên hướng dẫn 「作品がライブラリに追加された」.

STEP 4 — **Tải về file âm thanh cần thiết**

※ Nếu dùng điện thoại smart phone sẽ có hướng dẫn ứng dụng 「audiobook.jp」 nên có thể sử dụng bằng ứng dụng

※ Từ máy tính hãy tải file âm thành từ mục 「ライブラリ」

❗ Chú ý

- Đều có thể nghe file âm thanh từ máy tính hay điện thoại thông minh iphone hay Androi hay máy tính bảng
- File âm thanh có thể tải, nghe nhiều lần
- Liên hệ giải đáp về tải file và ứng dụng tại: info@febe.jp (thời gian tiếp nhận: Từ 10 ~20h/ từ thứ 2 ~ thứ 6)

音声ダウンロードのご案内

かんたん！　音声ダウンロードの方法

STEP 1　インターネットで「https://audiobook.jp/exchange/jresearch」にアクセス！

※ Jリサーチ出版のホームページ」(http://www.jresearch.co.jp) にある「音声ダウンロード」のバナーをクリックしていただくか、上記のURLを入力してください。

STEP 2　表示されたページから、audiobook.jp への会員登録ページへ！

※ 音声のダウンロードには、オーディオブック配信サービス audiobook.jp への会員登録(無料)が必要です。すでに、audiobook.jp の会員の方は STEP3 へお進みください。

STEP 3　登録後、再度 STEP1 のページにアクセスし、シリアルコードの入力欄に「24390」を入力後、「送信」をクリック！

※ 作品がライブラリに追加されたと案内が出ます。

STEP 4　必要な音声ファイルをダウンロード！

※ スマートフォンの場合は、アプリ「audiobook.jp」の案内が出ますので、アプリからご利用ください。※ PCの場合は、「ライブラリ」から音声ファイルをダウンロードしてご利用ください。

！ご注意
- PC からでも、iPhone や Android のスマートフォンやタブレットからでも音声を再生いただけます。
- 音声は何度でもダウンロード・再生いただくことができます。
- ダウンロード・アプリについてのお問い合わせ先：info@febe.jp（受付時間：月～金 10～20時）

PART 1
Japanese Characters and Sounds
Chữ viết và âm trong tiếng Nhật
（日本語の文字と音）

While Japanese has many special characteristics, learning the fundamentals about its sounds and characters is important.
Chúng ta hãy cùng tìm hiểu những kiến thức cơ bản về âm và chữ viết nằm trong các đặc trưng của tiếng Nhật.
日本語の特徴のうち、音と文字について基本的なことを知っておきましょう。

PART 1
Japanese Characters and Sounds
Chữ viết và âm trong tiếng Nhật

Unit 1

Hiragana
（ひらがな）

あ a	い i	う u	え e	お o
か ka	き ki	く ku	け ke	こ ko
さ sa	し shi	す su	せ se	そ so
た ta	ち chi	つ tsu	て te	と to
な na	に ni	ぬ nu	ね ne	の no
は ha	ひ hi	ふ fu	へ he	ほ ho
ま ma	み mi	む mu	め me	も mo
や ya		ゆ yu		よ yo
ら ra	り ri	る ru	れ re	ろ ro
わ wa				を o
ん n				

きゃ kya	きゅ kyu	きょ kyo
しゃ sha	しゅ shu	しょ sho
ちゃ cha	ちゅ chu	ちょ cho
にゃ nya	にゅ nyu	にょ nyo
ひゃ hya	ひゅ hyu	ひょ hyo
みゃ mya	みゅ myu	みょ myo
りゃ rya	りゅ ryu	りょ ryo

が	ぎ	ぐ	げ	ご
ga	gi	gu	ge	go
ざ	じ	ず	ぜ	ぞ
za	ji	zu	ze	zo
だ	ぢ	づ	で	ど
da	ji	zu	de	do
ば	び	ぶ	べ	ぼ
ba	bi	bu	be	bo
ぱ	ぴ	ぷ	ぺ	ぽ
pa	pi	pu	pe	po

ぎゃ	ぎゅ	ぎょ
gya	gyu	gyo
じゃ	じゅ	じょ
ja	ju	jo

びゃ	びゅ	びょ
bya	byu	byo
ぴゃ	ぴゅ	ぴょ
pya	pyu	pyo

PART 1
Japanese Characters and Sounds
Chữ viết và âm trong tiếng Nhật

Hiragana exercise ①
Bài tập Hiragana ①

(ひらがな練習帳①)

あ	あ	あ	あ	あ			
い	い	い	い	い			
う	う	う	う	う			
え	え	え	え	え			
お	お	お	お	お			
か	か	か	か	か			
き	き	き	き	き			
く	く	く	く	く			
け	け	け	け	け			
こ	こ	こ	こ	こ			

Hiragana exercise ②
Bài tập Hiragana ②

（ひらがな練習帳②）

さ	さ	さ	さ	さ			
し	し	し	し	し			
す	す	す	す	す			
せ	せ	せ	せ	せ			
そ	そ	そ	そ	そ			
た	た	た	た	た			
ち	ち	ち	ち	ち			
つ	つ	つ	つ	つ			
て	て	て	て	て			
と	と	と	と	と			

Hiragana exercise ③
Bài tập Hiragana ③

（ひらがな練習帳③）

な	な	な	な	な			
に	に	に	に				
ぬ	ぬ	ぬ	ぬ	ぬ			
ね	ね	ね	ね	ね			
の	の	の	の	の			
は	は	は	は	は			
ひ	ひ	ひ	ひ	ひ			
ふ	ふ	ふ	ふ	ふ			
へ	へ	へ	へ	へ			
ほ	ほ	ほ	ほ	ほ			

Hiragana exercise ④
Bài tập Hiragana ④

(ひらがな練習帳④)

Unit 1 — Hiragana

ま	ま	ま	ま				
み	み	み	み	み			
む	む	む	む	む			
め	め	め	め	め			
も	も	も	も	も			
や	や	や	や	や			
ゆ	ゆ	ゆ	ゆ	ゆ			
よ	よ	よ	よ				

Hiragana exercise ⑤
Bài tập Hiragana ⑤

（ひらがな練習帳⑤）

ら	ら	ら	ら	ら			
り	り	り	り	り			
る	る	る	る	る			
れ	れ	れ	れ	れ			
ろ	ろ	ろ	ろ	ろ			
わ	わ	わ	わ	わ			
を	を	を	を	を			
ん	ん	ん	ん	ん			

Unit 2

Katakana
(カタカナ)

ア	イ	ウ	エ	オ
a	i	u	e	o
カ	キ	ク	ケ	コ
ka	ki	ku	ke	ko
サ	シ	ス	セ	ソ
sa	shi	su	se	so
タ	チ	ツ	テ	ト
ta	chi	tsu	te	to
ナ	ニ	ヌ	ネ	ノ
na	ni	nu	ne	no
ハ	ヒ	フ	ヘ	ホ
ha	hi	fu	he	ho
マ	ミ	ム	メ	モ
ma	mi	mu	me	mo
ヤ		ユ		ヨ
ya		yu		yo
ラ	リ	ル	レ	ロ
ra	ri	ru	re	ro
ワ				ヲ
wa				o
ン				
n				

キャ	キュ	キョ
kya	kyu	kyo
シャ	シュ	ショ
sha	shu	sho
チャ	チュ	チョ
cha	chu	cho
ニャ	ニュ	ニョ
nya	nyu	nyo
ヒャ	ヒュ	ヒョ
hya	hyu	hyo
ミャ	ミュ	ミョ
mya	myu	myo
リャ	リュ	リョ
rya	ryu	ryo

PART 1
Japanese Characters and Sounds
Chữ viết và âm trong tiếng Nhật

ガ	ギ	グ	ゲ	ゴ
ga	gi	gu	ge	go
ザ	ジ	ズ	ゼ	ゾ
za	ji	zu	ze	zo
ダ	ヂ	ヅ	デ	ド
da	ji	zu	de	do
バ	ビ	ブ	ベ	ボ
ba	bi	bu	be	bo
パ	ピ	プ	ペ	ポ
pa	pi	pu	pe	po

ギャ	ギュ	ギョ
gya	gyu	gyo
ジャ	ジュ	ジョ
ja	ju	jo

ビャ	ビュ	ビョ
bya	byu	byo
ピャ	ピュ	ピョ
pya	pyu	pyo

Katakana exercise ①
Bài tập Katakana ①

(カタカナ練習帳①)

ア	ア	ア	ア	ア			
イ	イ	イ	イ	イ			
ウ	ウ	ウ	ウ	ウ			
エ	エ	エ	エ	エ			
オ	オ	オ	オ	オ			
カ	カ	カ	カ	カ			
キ	キ	キ	キ	キ			
ク	ク	ク	ク	ク			
ケ	ケ	ケ	ケ	ケ			
コ	コ	コ	コ	コ			

PART 1
Japanese Characters and Sounds
Chữ viết và âm trong tiếng Nhật

Katakana exercise ②
Bài tập Katakana ②

（カタカナ練習帳②）

サ	サ	サ	サ	サ			
シ	シ	シ	シ	シ			
ス	ス	ス	ス	ス			
セ	セ	セ	セ	セ			
ソ	ソ	ソ	ソ	ソ			
タ	タ	タ	タ	タ			
チ	チ	チ	チ	チ			
ツ	ツ	ツ	ツ	ツ			
テ	テ	テ	テ	テ			
ト	ト	ト	ト	ト			

Katakana exercise ③
Bài tập Katakana ③

（カタカナ練習帳③）

Unit 2 Katakana

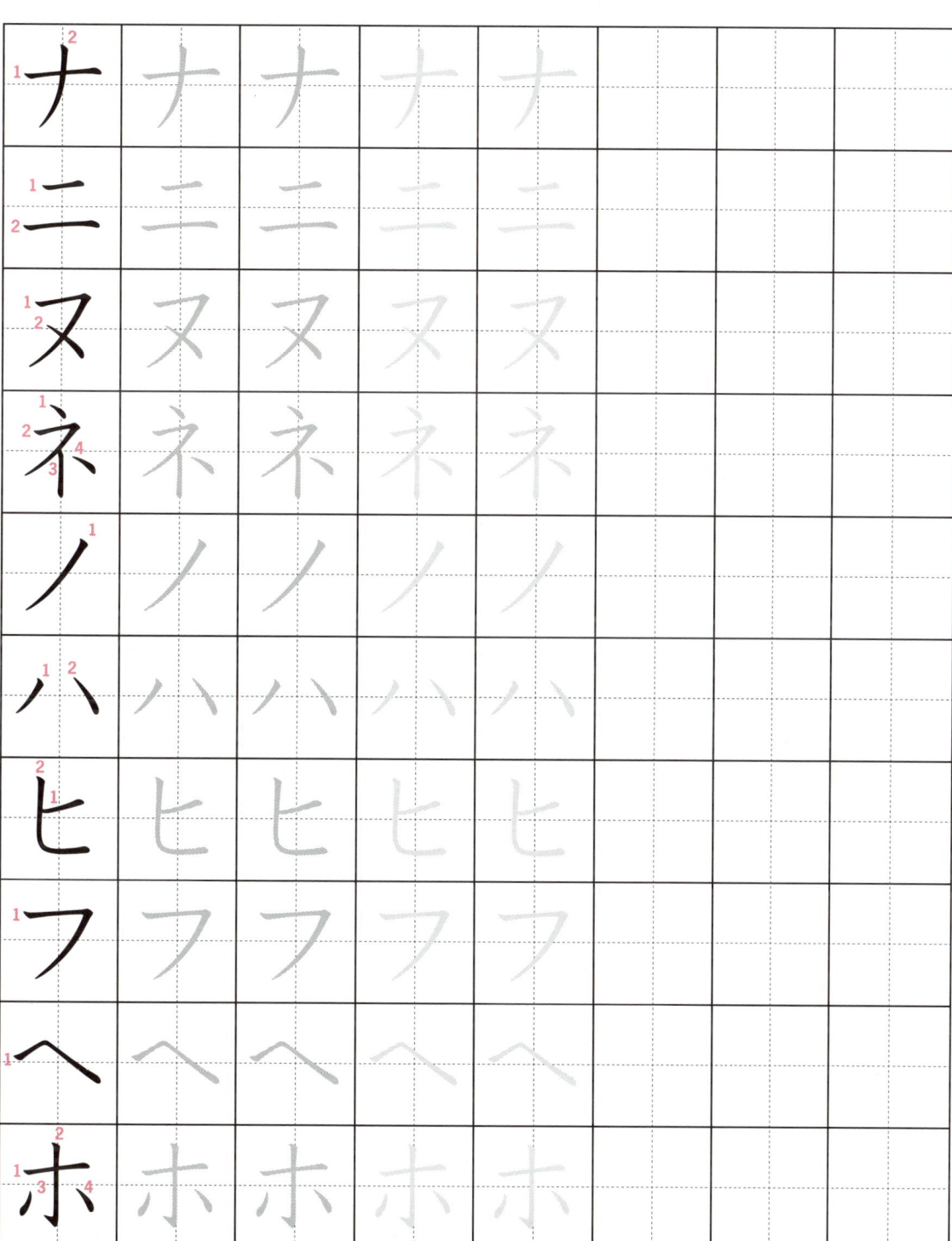

PART 1
Japanese Characters and Sounds
Chữ viết và âm trong tiếng Nhật

Katakana exercise ④
Bài tập Katakana ④　　　　　　　　　　　　　　　（カタカナ練習帳④）

マ	マ	マ	マ	マ			
ミ	ミ	ミ	ミ	ミ			
ム	ム	ム	ム	ム			
メ	メ	メ	メ	メ			
モ	モ	モ	モ	モ			
ヤ	ヤ	ヤ	ヤ	ヤ			
ユ	ユ	ユ	ユ	ユ			
ヨ	ヨ	ヨ	ヨ	ヨ			

Katakana exercise ⑤
Bài tập Katakana ⑤

（カタカナ練習帳⑤）

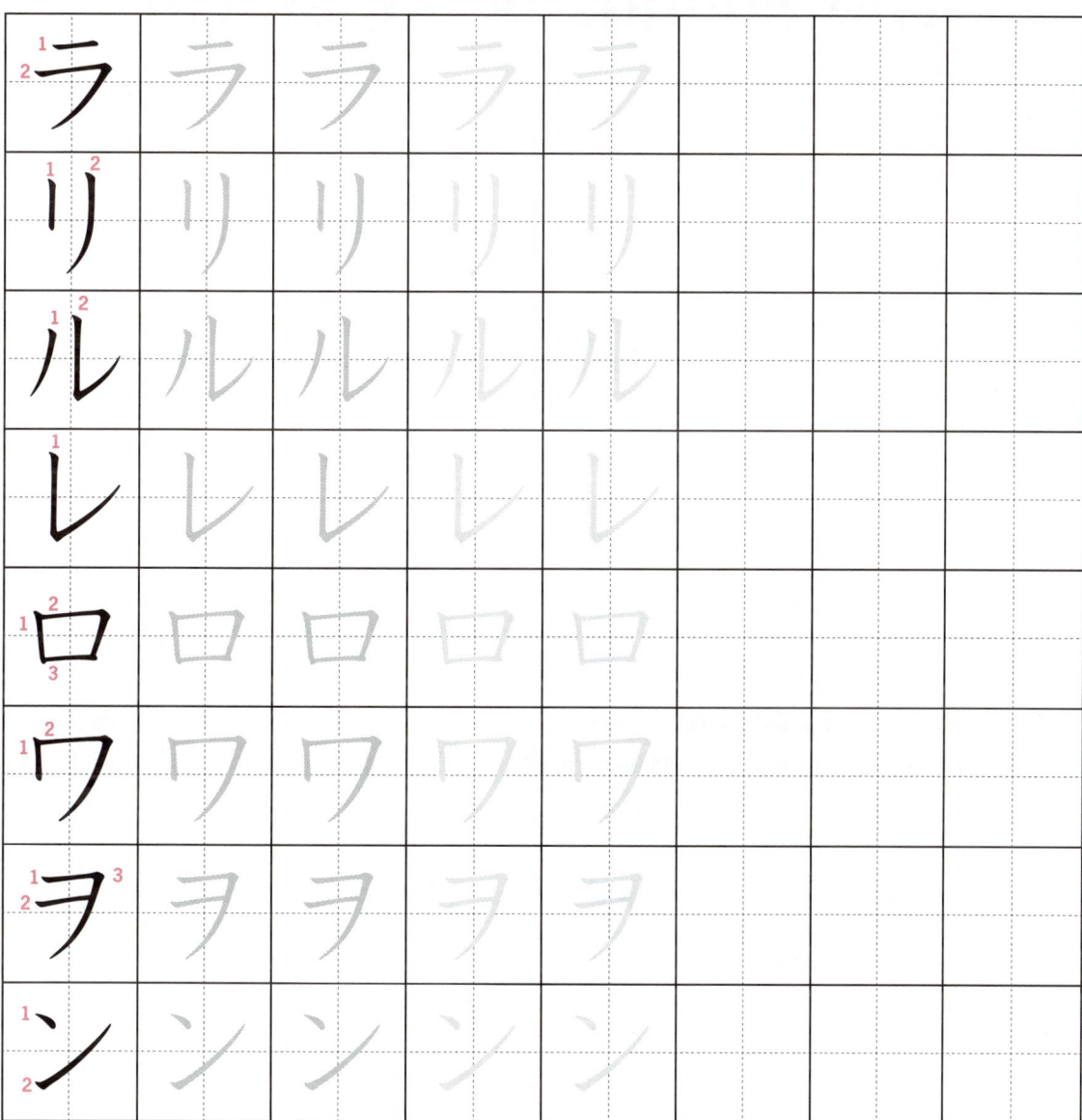

PART 1
Japanese Characters and Sounds
Chữ viết và âm trong tiếng Nhật

Unit 3
The Sounds of Japanese

❶ Vowels and Consonants

Japanese has only five vowels, 「あ（a）」「い（i）」「う（u）」「え（e）」「お（o）」. This is a smaller number compared to many other languages. However, Japanese sounds are constructed around these five vowels, and all sounds other than 「ん（n）」 use these.

❷ Accents

While English has stressed and distressed accents, Japanese has high and low accents.

  あ˥め　　（a˥me : rain)

  あ「め　　（a「me : candy)

The following basic rules also apply.
- The first and second sounds have different tones.
- Once the tone of a word is lowered, it does not go back up.

The following are the primary accent patterns.

A There is no sudden drop in tone.
  ⇒ The first sound is low, while the sounds after that are higher.
    れい）き「もの　　（ki「mono)
    　　　に「ほんご　　（ni「hongo)

B There is a sudden drop in tone.
  B-1 Lowering the tone after the first sound.
    れい）バ˥ナナ　　（banana : banana)
    　　　テ˥レビ　　（terebi : television)

  B-2 The tone rising after the first sound, then lowering again before the last sound.
    れい）に「ほ˥ん　　（nihon : Japan)
    　　　く「つし˥た　　（kutsushita : socks)

26

B-3 A word pronounced the same as **A** when said on its own, but lowers when a word (particle) comes after it.

れい) く「つ」 (が)　　(kutsu : shoes)
　　　 い「もうと」 (が)　(imōto : sister)

❸ Sound length

The length of all 50 sounds that Japanese consists of is the same, with one beat per character. This is one characteristic of Japanese, and is hard for many foreign speakers to understand. Be alert in the following cases.

A When extending a sound

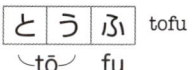 tofu
 airport

B When a sound is shortened (when using a small 「つ」)

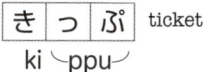 ticket
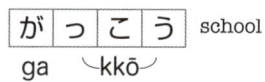 school

C When "ん" is used.

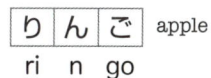 apple
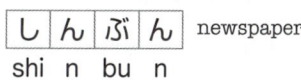 newspaper

Let's look at a few more examples. Clapping along with each beat of the word will make it easier to get a feel for its correct pronunciation.

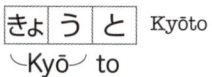 Kyōto
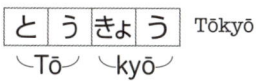 Tōkyō
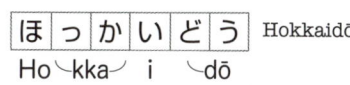 Hokkaidō

PART 1
Japanese Characters and Sounds
Chữ viết và âm trong tiếng Nhật

Unit 3
Âm tiếng Nhật

❶ Nguyên âm và phụ âm

Tiếng Nhật chỉ có 5 nguyên âm 「あ (a)」「い (i)」「う (u)」「え (e)」「お (o)」, khá ít so với các ngôn ngữ khác. Nhưng các âm của tiếng Nhật đều được hình thành từ 5 nguyên âm này, trừ phụ âm 「ん (n)」 thì các âm đều chứa một trong năm nguyên âm này.

❷ Trọng âm

Trong khi các ngôn ngữ như tiếng Anh có trọng âm mạnh, yếu thì tiếng Nhật có trọng âm cao, thấp.

   あ⌐め   (a⌐ me : mưa)

   あ「め   (a「 me : cục kẹo)

Ngoài ra còn có những quy tắc cơ bản sau.
- Âm đầu tiên và âm thứ hai có độ cao khác nhau.
- Trong một từ, khi trọng âm thấp xuống thì không lên cao nữa.

Có những kiểu trọng âm chính như sau.

A Âm không hạ độ cao đột ngột
   ⇒ Âm đầu tiên thấp, từ âm thứ hai trở đi sẽ cao hơn âm đầu.
   れい) き「もの   (ki「mono)
          に「ほんご   (ni「hongo)

B Âm hạ độ cao đột ngột
   B-1 Hạ âm sau âm đầu tiên.
   れい) バ⌐ナナ   (banana : chuối)
          テ⌐レビ   (terebi : tivi)

   B-2 Nâng cao âm sau âm đầu tiên và hạ âm trước âm cuối cùng.
   れい) に「ほ⌐ん   (nihon : Nhật Bản)
          く「つし⌐た   (kutsushita : tất)

B-3 Khi chỉ phát âm đơn lẻ thì giống như **A** nhưng nếu đi kèm trợ từ phía sau thì lại hạ trọng âm.

 れい）く「つ」（が） （kutsu : giày）
   い「もうと」（が） （imōto : em gái）

❸ Độ dài của âm

Độ dài của 50 âm cấu thành nên tiếng Nhật đều giống nhau, mỗi một chữ là một âm. Đây là một đặc trưng khá khó hiểu của tiếng Nhật đối với nhiều người học. Đặc biệt cần chú ý những trường hợp sau.

A Trường hợp kéo dài âm

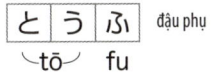

| と | う | ふ | đậu phụ |
| tō | | fu | |

| く | う | こ | う | sân bay |
| kū | | kō | | |

B Trường hợp âm ngắt (có chữ 「つ」nhỏ)

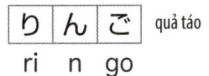 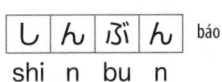

| き | っ | ぷ | vé |
| ki | | ppu | |

| が | っ | こ | う | trường học |
| ga | | kkō | | |

C Trường hợp có âm " ん "

| り | ん | ご | quả táo |
| ri | n | go | |

| し | ん | ぶ | ん | báo |
| shi | n | bu | n | |

Chúng ta hãy cũng xem thêm nhé. Vừa nói từng nhịp vừa vỗ tay sẽ dễ nắm bắt hơn.

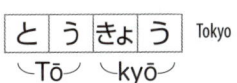 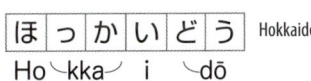

| きょ | う | と | Kyoto |
| Kyō | | to | |

| と | う | きょ | う | Tokyo |
| Tō | | kyō | | |

| ほ | っ | か | い | ど | う | Hokkaido |
| Ho | | kka | i | dō | | |

Unit 3
日本語の音

❶ 母音と子音

　日本語の母音は「あ（a）」「い（i）」「う（u）」「え（e）」「お（o）」の5つだけで、ほかの言語に比べ、かなり少ないほうです。しかし、日本語の音は、これら5つの母音を中心に成り立ち、「ん（n）」を除くすべての音が、このどれかを含んでいます。

❷ アクセント

　英語などが強弱アクセントであるのに対し、日本語は高低アクセントです。

　　あ⌐め　　（a⌐me）

　　あ「め　　（a「me）

また、基本的に次のようなルールがあります。
- １つめの音と２つめの音の高さが異なる。
- 一つの語の中で、一度、音の高さが下がると、再び上がることはない。

アクセントについては、主に次のパターンがあります。

A 音の高さが急に下がるところがない。
　　⇒１つめの音が低く、２つめ以降の音がそれより高い。
　　　れい）　き「もの　　　（ki「mono）
　　　　　　に「ほんご　　　（ni「hongo）

B 音の高さが急に下がるところがある。

B-1 １つめの音の後で下がるタイプ。
　　　れい）　バ⌐ナナ　　　（banana）
　　　　　　テ⌐レビ　　　　（terebi）

B-2 １つめの音の後で上がり、最後の音の前で下がるタイプ。
　　　れい）　に「ほ⌐ん　　（nihon）
　　　　　　く「つし⌐た　　（kutsushita）

B-3 単独で言うときは**A**と同じだが、後ろにことば（助詞）が来たときに下がるタイプ。

れい）　く「つ］（が）　　　（kutsu）

　　　 い「もうと］（が）　　（imōto）

❸ 音の長さ

日本語を構成する 50 の音の長さはどれも同じで、1 つの字で 1 拍です。日本語の特徴の一つで、多くの外国人にとって、わかりにくいものです。特に、次の場合に注意しましょう。

A 音を伸ばす場合

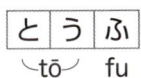

と　う　ふ
　tō　 fu

く　う　こ　う
　kū　　 kō

B 音が詰まる（小さい「つ」が入る）場合

き　っ　ぷ
ki　 ppu

が　っ　こ　う
ga　　 kkō

C "ん" が入る場合

り　ん　ご
ri　n　go

し　ん　ぶ　ん
shi　n　bu　n

もう少し見てみましょう。1 拍ずつ手を叩きながら言うと、感覚がつかみやすいです。

きょ　う　と
　Kyō　 to

と　う　きょ　う
　Tō　 　kyō

ほ　っ　か　い　ど　う
Ho　kka　 i　 dō

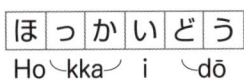

PART 2
Japanese Words and Expressions
Từ và cách nói tiếng Nhật
（日本語の言葉と表現）

PART 2
Japanese Words and Expressions
Từ và cách nói tiếng Nhật

Unit 1

Greeting, Basic Expressions of Conversation
Chào hỏi và các cách nói hội thoại cơ bản
(あいさつ・会話の基本表現)

❶ Greeting / Lời chào (あいさつ)

おはようございます。
Ohayō gozaimasu.
Good morning. / Chào buổi sáng.

こんにちは。
Kon'nichiwa.
Hello. / Xin chào.

こんばんは。
Konbanwa.
Good evening. / Chào buổi tối.

おやすみなさい。
Oyasumi nasai.
Good night. / Chúc ngủ ngon.

さようなら。
Sayōnara.
Good bye. / Tạm biệt.

❷ Basic Expressions of Conversation / Mẫu câu hội thoại cơ bản （会話の基本表現）

はい。
Hai.
Yes. / Vâng.

いいえ。
Īe.
No. / Không.

ありがとうございます。
Arigatōgozaimasu.
Thank you. / Cám ơn.

どういたしまして。
Dōitashimashite.
You're welcome. / Không có gì.

すみません。
Sumimasen.
Excuse me. / Xin lỗi.

ごめんなさい。
Gomen'nasai.
I'm sorry. / Xin lỗi.

PART 2
Japanese Words and Expressions
Từ và cách nói tiếng Nhật

わかりません。
Wakarimasen.
I don't understand. / Tôi không biết.

わかりました。
Wakarimashita.
I understand. / Tôi hiểu rồi.

だいじょうぶです。
Daijōbu desu.
Alright. / Không sao, được.

だめです。
Dame desu.
No. / Not good. / Không được.

いやです。
Iya desu.
No way. / Tôi không thích.

どうぞ。
Dōzo.
Here you are. / Xin mời.

げんきですか。
Genki desu ka?
How are you? / Bạn khỏe không?

はい、げんきです。
Hai, genki desu.
Yes, I'm fine. / Vâng, tôi khỏe.

Unit 2
Number
Con số
(数)

❶ Number / Con số（数字）

🎧 11

0 ゼロ / れい zero/rē	1 いち ichi	11 じゅういち jūichi
	2 に ni	12 じゅうに jūni
	3 さん san	13 じゅうさん jūsan
	4 し / よん shi/yon	14 じゅうよん / じゅうし jūyon/jūshi
	5 ご go	15 じゅうご jūgo
	6 ろく roku	16 じゅうろく jūroku
	7 しち / なな shichi/nana	17 じゅうしち / じゅうなな jūshichi/jūnana
	8 はち hachi	18 じゅうはち jūhachi
	9 きゅう / く kyū/ku	19 じゅうきゅう / じゅうく jūkyū/jūku
	10 じゅう jū	20 にじゅう nijū

10 じゅう jū	100 ひゃく hyaku	1000 せん sen	10000 いちまん ichiman	100000 じゅうまん jūman
20 にじゅう nijū	200 にひゃく nihyaku	2000 にせん nisen	20000 にまん niman	
30 さんじゅう sanjū	300 さんびゃく sanbyaku	3000 さんぜん sanzen	30000 さんまん sanman	
40 よんじゅう yonjū	400 よんひゃく yonhyaku	4000 よんせん yonsen	40000 よんまん yonman	
50 ごじゅう gojū	500 ごひゃく gohyaku	5000 ごせん gosen	50000 ごまん goman	
60 ろくじゅう rokujū	600 ろっぴゃく roppyaku	6000 ろくせん rokusen	60000 ろくまん rokuman	
70 ななじゅう nanajū	700 ななひゃく nanahyaku	7000 ななせん nanasen	70000 ななまん nanaman	
80 はちじゅう hachijū	800 はっぴゃく happyaku	8000 はっせん hassen	80000 はちまん hachiman	
90 きゅうじゅう kyūjū	900 きゅうひゃく kyūhyaku	9000 きゅうせん kyūsen	90000 きゅうまん kyūman	

❷ How to count / Làm sao để đếm（数え方）

	～つ ~tsu	～にん [人] ~nin / ~ri	～さい [歳] ~sai	～こ [個] ~ko	～ばん [番] ~ban
1	ひとつ hitotsu	ひとり hitori	いっさい issai	いっこ ikko	いちばん ichiban
2	ふたつ futatsu	ふたり futari	にさい nisai	にこ niko	にばん niban
3	みっつ mittsu	さんにん san'nin	さんさい sansai	さんこ sanko	さんばん sanban
4	よっつ yottsu	よにん yonin	よんさい yonsai	よんこ yonko	よんばん yonban
5	いつつ itsutsu	ごにん gonin	ごさい gosai	ごこ goko	ごばん goban
6	むっつ muttsu	ろくにん rokunin	ろくさい rokusai	ろっこ rokko	ろくばん rokuban
7	ななつ nanatsu	ななにん nananin	ななさい nanasai	ななこ nanako	ななばん nanaban
8	やっつ yattsu	はちにん hachinin	はっさい hassai	はちこ / はっこ hachiko / hakko	はちばん hachiban
9	ここのつ kokonotsu	きゅうにん kyūnin	きゅうさい kyūsai	きゅうこ kyūko	きゅうばん kyūban
10	とお tō	じゅうにん jūnin	じゅっさい / じっさい jussai / jissai	じゅっこ / じっこ jukko / jikko	じゅうばん jūban
?	いくつ ikutsu	なんにん nan'nin	なんさい nansai	いくつ ikutsu	なんばん nanban

PART 2
Japanese Words and Expressions
Từ và cách nói tiếng Nhật

Unit 3

Time
Thời gian
（時間）

❶ Flow of time / Dòng thời gian （時間の流れ）

あさ
asa
morning / buổi sáng

ひる
hiru
afternoon / buổi trưa

ばん／よる
ban / yoru
night / buổi tối

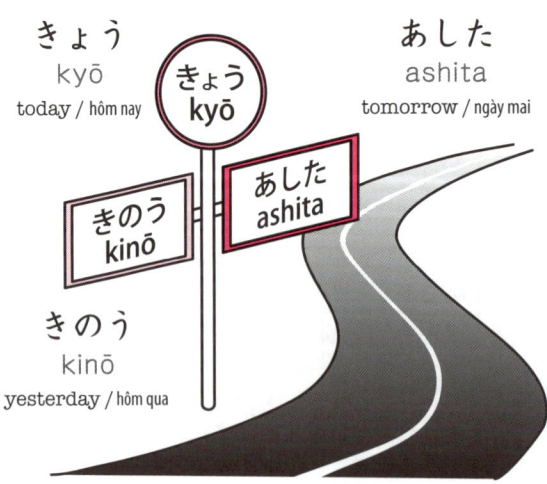

きょう
kyō
today / hôm nay

あした
ashita
tomorrow / ngày mai

きのう
kinō
yesterday / hôm qua

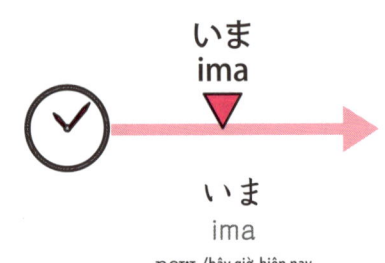

いま
ima
now / bây giờ, hiện nay

40

❷ Time of day/ Thời gian trong ngày (時刻)

いちじ
ichiji
one o'clock / một giờ

しちじ
shichiji
seven o'clock / bảy giờ

にじ
niji
two o'clock / hai giờ

はちじ
hachiji
eight o'clock / tám giờ

さんじ
sanji
three o'clock / ba giờ

くじ
kuji
nine o'clock / chín giờ

よじ
yoji
four o'clock / bốn giờ

じゅうじ
jūji
ten o'clock / mười giờ

ごじ
goji
five o'clock / năm giờ

じゅういちじ
jūichiji
eleven o'clock / mười một giờ

ろくじ
rokuji
six o'clock / sáu giờ

じゅうにじ
jūniji
twelve o'clock / mười hai giờ

Unit 3 — Time / Thời gian

PART 2
Japanese Words and Expressions
Từ và cách nói tiếng Nhật

いっぷん
ippun
one minute / một phút

はちふん
hachifun
eight minutes / tám phút

にふん
nifun
two minutes / hai phút

きゅうふん
kyūfun
nine minutes / chín phút

さんぷん
sanpun
three minutes / ba phút

じゅっぷん
juppun
ten minutes / mười phút

よんぷん
yonpun
four minutes / bốn phút

じゅいっぷん
jūippun
eleven minutes / mười một phút

ごふん
gofun
five minutes / năm phút

じゅうにふん
jūnifun
twelve minutes / mười hai phút

ろっぷん
roppun
six minutes / sáu phút

じゅうさんぷん
jūsanpun
thirteen minutes / mười ba phút

ななふん
nanafun
seven minutes / bảy phút

じゅうよんぷん
jūyonpun
fourteen minutes / mười bốn phút

じゅうごふん
jūgofun
fifteen minutes / mười lăm phút

さんじゅっぷん
sanjuppun
thirty minutes / ba mươi phút

じゅうろっぷん
jūroppun
sixteen minutes / mười sáu phút

よんじゅっぷん
yonjuppun
forty minutes / bốn mươi phút

じゅうななふん
jūnanafun
seventeen minutes / mười bảy phút

ごじゅっぷん
gojuppun
fifty minutes / năm mươi phút

じゅうはっぷん
jūhappun
eighteen minutes / mười tám phút

ろくじゅっぷん
rokujuppun
sixty minutes / sáu mươi phút

じゅうきゅうふん
jūkyūfun
ninteen minutes / mười chín phút

くじ よんじゅうごふん
kuji yonjūgofun
nine forty five / chín giờ bốn lắm phút

にじゅっぷん
nijuppun
twenty minutes / hai mươi phút

いちじはん
ichiji han
half past one / một rưỡi

Unit 3 Time / Thời gian

PART 2
Japanese Words and Expressions
Từ và cách nói tiếng Nhật

❸ Basic phrases / Cụm từ cơ bản (基本フレーズ)

1 なんじですか   What is the time? / Mấy giờ rồi?
　Nanji　desu ka?

2 ～じ ～ぷんです   It's ~ (hour) ~ (minute) / ~ giờ ~ phút
　 ji　　 pun　desu

3 ごぜん ～じです   It's ~ a.m. / ~ giờ sáng
　 Gozen　　ji desu

4 ごご ～じです   It's ~ p.m. / ~ giờ chiều
　 Gogo　　ji desu

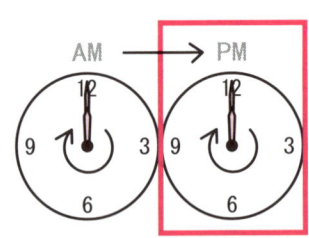

れんしゅう
Renshū

1）

18

れい1）5:20 ⇒ ごじ にゅじゅっぷんです。
Rē1) Goji nijuppun desu.

① 9:40 ⇒ ______

② 4:05 ⇒ ______

③ 1:20 ⇒ ______

④ 10:04 ⇒ ______

⑤ 5:12 ⇒ ______

2）

19

れい2）7a.m./7:00 ⇒ ごぜん しちじです。
Rē2) Gozen shichiji desu.

2p.m./14:00 ⇒ ごご にじです。
Gogo niji desu.

① 3:00p.m. ⇒ ______

② 5:20a.m. ⇒ ______

③ 16:00 ⇒ ______

④ 6:30a.m. ⇒ ______

⑤ 21:15 ⇒ ______

PART 2
Japanese Words and Expressions
Từ và cách nói tiếng Nhật

Unit 4
Food, Drinks
Món ăn, Đồ uống
(食べ物・飲み物)

❶ Meal/ Bữa ăn (食事)

あさごはん
asagohan
breakfast/ bữa sáng

ひるごはん
hirugohan
lunch / bữa trưa

ばんごはん
bangohan
supper, dinner / bữa tối

❷ Food / Món ăn (食べ物)

パン
pan
bread / bánh mì

おすし
osushi
osushi / osushi

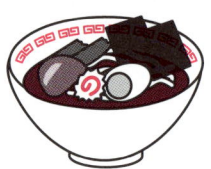
ラーメン
rāmen
rāmen / mỳ ramen

カレー
karē
curry / cơm cari

おにぎり
onigiri
rice ball / cơm nắm

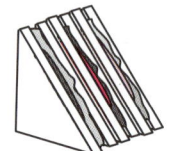
サンドイッチ
sandoicchi
sandwich
/ bánh mì kẹp san uých

ハンバーガー
hanbāgā
hamburger / bánh mì kẹp thịt

サラダ
sarada
salad / sa lát

スープ
sūpu
soup / súp

デザート
dezāto
dessert / tráng miệng

ぎゅうにく／ビーフ
gyūniku/bīfu
beef / thịt bò

ぶたにく／ポーク
butaniku/pōku
pork / thịt lợn

とりにく／チキン
toriniku/chikin
chicken / thịt gà

Unit 4 — Food, Drinks / Món ăn, Đồ uống

たべもの
tabemono
food / đồ ăn

りょうり
ryōri
dish / món ăn

おかし
okashi
snacks, sweets / bánh kẹo

❸ Drinks / Đồ uống (飲み物)

コーヒー
kōhī
coffee / cà phê

こうちゃ
kōcha
black tea / trà đen

おちゃ
ocha
tea / trà

コーラ
kōra
coke / coca cola

ジュース
jūsu
juice / nước hoa quả

ぎゅうにゅう
gyūnyū
milk / sữa bò

みず
mizu
water / nước

おゆ
oyu
hot water / nước nóng

おさけ
osake
alcoholic drink; o-sake / rượu

ビール
bīru
beer / bia

ワイン
wain
wine / rượu vang

のみもの
nomimono
beverage / đồ uống

PART 2
Japanese Words and Expressions
Từ và cách nói tiếng Nhật

❹ At the restaurant / Ở nhà hàng (レストランで)

メニュー
menyū
menue, Menu / thực đơn

グラス
gurasu
glass / cốc thủy tinh

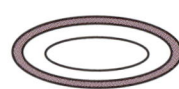
おさら
osara
dish / đĩa

ナイフ
naifu
knife / dao

フォーク
fōku
fork / dĩa

おはし
ohashi
chopsticks / đũa

❺ Frequently used number / Số thường xuyên sử dụng (よく使う数字)

ひとつ
hitotsu

ふたつ
futatsu

みっつ
mittsu

よっつ
yottsu

いつつ
itsutsu

むっつ
muttsu

ななつ
nanatsu

やっつ
yattsu

ここのつ
kokonotsu

とお
tō

❻ Kore, Sore, Are / Cái này, Cái kia, Cái đó (これ・それ・あれ)

これ
kore
this / cái này

それ
sore
that / cái kia

あれ
are
that / cái đó, cái kia

Unit 4
Food, Drinks
Món ăn, Đồ uống

PART 2
Japanese Words and Expressions
Từ và cách nói tiếng Nhật

❼ Basic phrases / Cụm từ cơ bản (基本フレーズ)

A たべます  のみます
tabemasu　　　　　　　　　nomimasu

〜を たべます I eat 〜 / Ăn 〜　　〜を のみます I drink 〜 / Uống 〜
　o　tabemasu　　　　　　　　　o　nomimasu

 れい1)  ⇒ パンを たべます。
Rē1)　　　　　　　　　　Pan o tabemasu.

① ⇒ _____

②  ⇒ _____

③  ⇒ _____

れい2)  ⇒ コーヒーを のみます。
Rē2)　　　　　　　　　　　Kōhī o nomimasu.

①  ⇒ _____

② ⇒ _____

③  ⇒ _____

50

B なんですか What? / Cái gì vậy?
　　Nan desu ka?

これは　なんですか What is this? / Đây là cái gì?
Kore wa　nan desu ka?

これは　〜です This is ～ / Đây là ~
Kore wa　　desu

れい）  ⇒これは　なんですか。　…それは　おかしです。
　　　　　　　　　　　Kore wa nan desu ka?　　　Sore wa o-kashi desu.

①  ⇒ _____

② ⇒ _____

③  ⇒ _____

Unit 4 — Food, Drinks / Món ăn, Đồ uống

C ～（を）おねがいします please ~ / Cho tôi/ Nhờ ~
　　o　　onegai-shimasu

れんしゅう Renshū 1

れい1)  ⇒ コーヒーを おねがいします。
Rē1) _Kōhī o onegai-shimasu._

①  ⇒ _____

②  ⇒ _____

③  ⇒ _____

④  かいけい kaikē bill, check / hóa đơn ⇒ _____

れんしゅう Renshū 2

れい2)  ⇒ カレーを ひとつ おねがいします。
Rē2) _karē o hitotsu onegai-shimasu._

①  ⇒ _____

②  ⇒ _____

③  ⇒ _____

D 〜を ください (注文)　give me ~. / hãy cho tôi ~
　　o　kudasai

れんしゅう Renshū 1

れい1)  ⇒ コーヒーを ください。
　　　　　　　　　　　Kōhī o kudasai.

①  ⇒ _____

②  ⇒ _____

③  ⇒ _____

れんしゅう Renshū 2

れい2)  ⇒ コーヒーを ひとつ ください。
　　　　　　　　　　　　Kōhī o hitotsu kudasai.

①  ⇒ _____

② 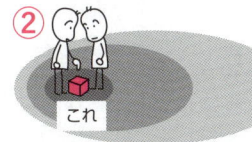 ⇒ _____

③  ⇒ _____

Unit 5

Year, Month, Day
Ngày tháng năm
（年月日）

❶ Calendar / Lịch （カレンダー）

げつようび	かようび	すいようび	もくようび	きんようび	どようび	にちようび
getsuyōbi	kayōbi	suiyōbi	mokuyōbi	kin'yōbi	doyōbi	nichiyōbi
Monday	Tuesday	Wednesday	Thursday	Friday	Saturday	Sunday
thứ hai	thứ ba	thứ tư	thứ năm	thứ sáu	thứ bảy	chủ nhật

1日	2日	3日	4日	5日	6日	7日
ついたち tsuitachi	ふつか futsuka	みっか mikka	よっか yokka	いつか itsuka	むいか muika	なのか nanoka
8日	9日	10日	11日	12日	13日	14日
ようか yōka	ここのか kokonoka	とおか tōka	じゅういち にち jūichinichi	じゅうに にち jūninichi	じゅうさん にち jūsan'nicih	じゅうよっか jūyokka
15日	16日	17日	18日	19日	20日	21日
じゅうごにち jūgonichi	じゅうろく にち jūrokunichi	じゅうしち にち jūshichinichi	じゅうはち にち jūhachinichi	じゅうくにち jūkunichi	はつか hatsuka	にじゅういち にち nijūichinichi
22日	23日	24日	25日	26日	27日	28日
にじゅうに にち nijūninichi	にじゅうさん にち nijūsan'nichi	にじゅう よっか nijūyokka	にじゅうご にち nijūgonichi	にじゅう ろくにち nijūrokunichi	にじゅうしち にち nijūshichinichi	にじゅうはち にち nijūhachinichi
29日	30日	31日		何日		
にじゅうく にち nijūkunichi	さんじゅう にち sanjūnichi	さんじゅう いちにち sanjūichinichi		なんにち nan'nichi		

❷ Months / Tháng (月)

1月	いちがつ ichigatsu	January tháng một		7月	しちがつ shichigatsu	July tháng bảy
2月	にがつ nigatsu	February tháng hai		8月	はちがつ hachigatsu	August tháng tám
3月	さんがつ sangatsu	March tháng ba		9月	くがつ kugatsu	September tháng chín
4月	しがつ shigatsu	April tháng tư		10月	じゅうがつ jūgatsu	October tháng mười
5月	ごがつ gogatsu	May tháng năm		11月	じゅういちがつ jūichigatsu	November tháng mười một
6月	ろくがつ rokugatsu	June tháng sáu		12月	じゅうにがつ jūnigatsu	December tháng mười hai

❸ Basic phrases / Cụm từ cơ bản (基本フレーズ)

A

せんしゅう senshū last week tuần trước	こんしゅう konshū this week tuần này	らいしゅう raishū next week tuần sau

せんげつ sengetsu last month tháng trước	こんげつ kongetsu this month tháng này	らいげつ raigetsu next month tháng sau

きょねん kyonen last year năm ngoái	ことし kotoshi this year năm nay	らいねん rainen next year năm sau

Unit 5
Year, Month, Day
Ngày tháng năm

PART 2
Japanese Words and Expressions
Từ và cách nói tiếng Nhật

B 〜の〜 ~ of ~ / ~ của ~
no

れんしゅう (Renshū)

れい) らいしゅう／かようび ⇒ <u>らいしゅうの　かようび</u>
rē)　raishū　　kayōbi　　　　raishū no kayōbi

① らいげつ／とおか ⇒ _____
　 raigetsu　tōka

② ことし／はちがつ ⇒ _____
　 kotoshi　hachigatsu

③ こんげつ／25にち ⇒ _____
　 kongetsu　nijūgonichi

C 〜は いつですか　When is 〜? / ~Thì khi nào?
wa　itsu desu ka?

たんじょうび
tanjōbi
birthday / ngày sinh nhật

おまつり
o-matsuri
festival / lễ hội

Unit 5 Year, Month, Day / Ngày tháng năm

れんしゅう Renshū

れい) たんじょうび／July.14
　⇒ たんじょうびは いつですか。 …7がつ 14かです。
rē)　　　Tanjōbi wa itsu desu ka?　　　Shichigatsu jūyokka desu.

① たんじょうび／5-10
　tanjōbi　　　gogatsu tōka

⇒ _____

② おまつり／こんしゅう／どようび
　o-matsuri　konshū　　doyōbi

⇒ _____

③ それ／こんげつ／はつか
　sore　kongetsu　hatsuka

⇒ _____

PART 2
Japanese Words and Expressions
Từ và cách nói tiếng Nhật

Unit 6
Shopping
Mua sắm
(買い物)

❶ Goods / Hàng hóa (品物)

ふく
fuku

clothes / quần áo

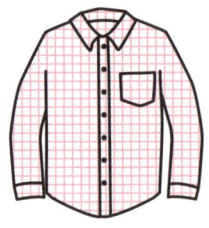

シャツ
shatsu

shirt / áo sơ mi

くつ
kutsu

shoes / giày

かばん
kaban

bag / cặp sách

おみやげ
omiyage

gift, souvenir / quà

おかし
okashi

snacks, sweets / bánh kẹo

❷ At the shop / Tại cửa hàng （お店で） 🎧41

たかい
takai
expensive / đắt

やすい
yasui
cheap / rẻ

おおきい
ōkī
big / to

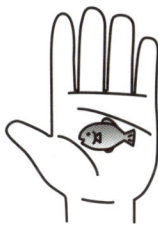
ちいさい
chīsai
small / nhỏ

ながい
nagai
long / dài

みじかい
mijikai
short / ngắn

あたらしい
atarashī
new / mới

ふるい
furui
old / cũ

Unit 6 Shopping / Mua sắm

❸ Money / Tiền （おかね） 🎧42

おかね
okane
money / tiền

レジ
reji
cashier / quầy tính tiền

カード
kādo
card / thẻ

おつり
otsuri
change / tiền trả lại

レシート
reshīto
receipt / hóa đơn

59

PART 2
Japanese Words and Expressions
Từ và cách nói tiếng Nhật

❹ Basic phrases / Cụm từ cơ bản (基本フレーズ)

A ～です It is ～ / là ~
desu

れんしゅう Renshū

れい) これ／おおきい ⇒ これは　おおきいです。
Rē)　kore　ōkī　　　　Kore wa ōkī desu.

① それ／ちいさい ⇒ _____
sore　chīsai

② これ／たかい ⇒ _____
kore　takai

③ あれ／やすい ⇒ _____
are　yasui

④ これ／ながい ⇒ _____
kore　nagai

B いくらですか How much? / Bao nhiêu tiền?
Ikura　desu ka?

～は　いくらですか How much is ～? / ~ bao nhiêu tiền?
wa　ikura　desu ka?

れんしゅう Renshū

れい) 500えん ⇒ これは　いくらですか。　…500えんです。
Rē)　gohyaku-en　Kore wa ikura desu ka?　Gohyaku-en desu.

① 800えん ⇒ _____
happyaku-en

② 1600えん ⇒ _____
senroppyaku-en

C 〜を かいます   I buy 〜 / Mua 〜

れんしゅう Renshū

れい) ふく／やすい ⇒ やすい ふくを かいます。
Rē) fuku yasui   Yasui fuku o kaimasu.

① くつ／あたらしい ⇒ _____
   kutsu atarashī

② かばん／おおきい ⇒ _____
   kaban ōkī

③ おみやげ／にほん ⇒ _____
   o-miyage nihon

D 〜を ください   I'll take 〜 / Bán cho tôi 〜 (mua hàng)

れんしゅう Renshū

れい) これ ⇒ これを ください。
Rē) kore   kore o kudasai.

① それ ⇒ _____
   sore

② あれ ⇒ _____
   are

③ これ／3つ ⇒ _____
   kore mittsu

PART 2
Japanese Words and Expressions
Từ và cách nói tiếng Nhật

Unit 7
Town, Transportation
Phố phường, giao thông
（町・交通）

❶ Town / Phố（町）

みせ
mise
shop / quán, cửa hàng

レストラン
resutoran
restaurant / nhà hàng

きっさてん
kissaten
café / quán giải khát

カフェ
kafe
café / quán cà phê

ぎんこう
ginkō
bank / ngân hàng

コンビニ
konbini
convenience store
cửa hàng tiện ích

スーパー
sūpā
supermarket / siêu thị

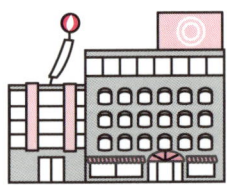
デパート
depāto
department store
trung tâm mua sắm

ドラッグストア
doraggu sutoa
pharmacy, drugstore
cửa hàng thuốc

びょういん
byōin
hospital / bệnh viện

けいさつ
kēsatsu
police / cảnh sát

こうえん
kōen
park / công viên

ホテル
hoteru
hotel / khách sạn

ゆうびんきょく
yūbinkyoku
post office / bưu điện

がっこう
gakkō
school / trường học

かいしゃ
kaisha
company / công ty

62

❷ Transportation / Vận chuyển（交通）

でんしゃ
densha
train / tàu điện

バス
basu
bus / xe buýt

タクシー
takusī
taxi / taxi

ちかてつ
chikatetsu
subway / tàu điện ngầm

ひこうき
hikōki
airplane / máy bay

ふね
fune
ship / tàu thủy

えき
eki
station / nhà ga

しんかんせん
shinkansen
bullet train
tàu siêu tốc shinkansen

くうこう
kūkō
airport / sân bay

くるま
kuruma
car / xe ô tô

みち
michi
road / đường phố

きっぷ
kippu
ticket / vé

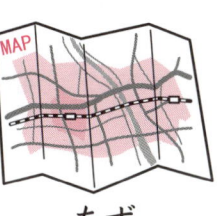
ちず
chizu
map / bản đồ

❸ Basic phrases / Cụm từ cơ bản

A ～に いきます   I go to ～ / Tôi đi đến ～
ni ikimasu

れんしゅう Renshū れい) えき ⇒ えきに いきます。
Rē)　eki　　Eki ni ikimasu.

① としょかん
toshokan

⇒ _____

② ぎんこう ⇒ _____
ginkō

③ スーパー ⇒ _____
sūpā

④ とうきょう ⇒ _____
Tōkyō

B ～に のります   I get on ～, I ride ～ / Tôi lên ～ (phương tiện giao thông)
ni norimasu

れんしゅう Renshū れい) でんしゃ ⇒ でんしゃに のります。
Rē)　densha　　Densha ni norimasu.

① タクシー ⇒ _____
takushī

② バス ⇒ _____
basu

③ ひこうき ⇒ _____
　　hikōki

C ～で いきます Go by ～ / Đi bằng ～
　　de　　ikimasu

れんしゅう / Renshū　れい) くるま ⇒ くるまで いきます。
　　　　　　　　　Rē)　 kuruma　　　Kuruma de ikimasu.

① バス　　 ⇒ _____
　　basu

② タクシー ⇒ _____
　　takushī

③ しんかんせん ⇒ _____
　　shinkansen

D ～ません Not ～ / Không ～
　　masen

れんしゅう / Renshū　れい) たべます ⇒ わたしは たべません。
　　　　　　　　　Rē)　 tabemasu　　　Watashi wa tabemasen.

① いきます ⇒ _____
　　ikimasu

② のみます ⇒ _____
　　nomimasu

③ かいます ⇒ _____
　　kaimasu

Unit 7 — Town, Transportation / Phố phường, giao thông

PART 2
Japanese Words and Expressions
Từ và cách nói tiếng Nhật

Unit 8

Buildings, Facilities
Tòa nhà, thiết bị
（建物・設備）

❶ Facilities/ Thiết bị（設備）

いりぐち
iriguchi
entrance / cửa vào

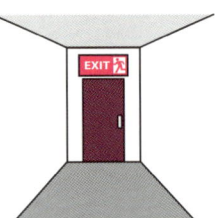
でぐち
deguchi
exit / cửa ra

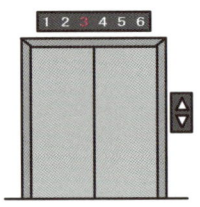
エレベーター
erebētā
elevator / cầu thang máy

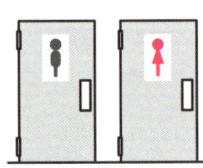
トイレ
toire
toilet / nhà vệ sinh

へや
heya
room / căn phòng

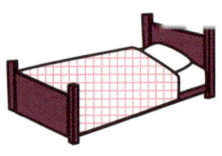
ベッド
beddo
bed / giường

つくえ
tsukue
desk / bàn học

いす
isu
chair / ghế

テーブル
tēburu
table / bàn ăn

テレビ
terebi
television / tivi

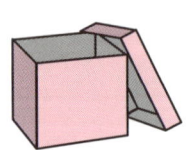
はこ
hako
box / cái hộp

ごみ
gomi
trash / rác

ごみばこ
gomibako
waste basket / thùng rác

パソコン
pasokon
personal computer / máy tính

でんわ
denwa
telephone / điện thoại

メール
mēru
e-mail / email

❷ Demonstrative / Từ chỉ thị (指示詞)

ここ
koko
here / đây

そこ
soko
there / đó

あそこ
asoko
there / kia

PART 2
Japanese Words and Expressions
Từ và cách nói tiếng Nhật

❸ Basic phrases / Cụm từ cơ bản (基本フレーズ)

どこですか　Where? / Ở đâu ạ?
Doko desu ka?

〜は　どこですか　where is 〜? / ~ ở đâu ạ?
　wa　Doko desu ka?

れんしゅう / Renshū

れい）トイレ／あそこ
Rē) toire　　asoko
　⇒ トイレは　どこですか。　…そこです。
　　 Toire wa doko desu ka?　　Soko desu.

① エレベーター／あそこ ⇒ _____
　　erebētā　　　asoko

② ごみばこ／ここ ⇒ _____
　　gomi bako　koko

③ でぐち／あそこ ⇒ _____
　　deguchi　asoko

Unit 9
Belongings
Đồ dùng mang theo
(持ち物)

❶ Belongings/ Đồ dùng mang theo (持ち物)

かばん
kaban
bag / cặp sách

さいふ
saifu
wallet / ví

かぎ
kagi
key / chìa khóa

ほん
hon
book / sách

ペン
pen
pen / bút

めがね
megane
glasses / kính

ぼうし
bōshi
hat / mũ

とけい
tokē
watch, clock / đồng hồ

カメラ
kamera
camera / máy ảnh

スマホ
sumaho
smart phone
/ điện thoại thông minh

かさ
kasa
umbrella / ô

にもつ
nimotsu
laggage / hành lí

PART 2
Japanese Words and Expressions
Từ và cách nói tiếng Nhật

❷ Basic phrases / Cụm từ cơ bản (基本フレーズ)

A わたしの〜 my 〜 / 〜 của tôi
watashi no

🎧 57

れんしゅう / Renshū

れい) これ／かばん ⇒ これは わたしの かばんです。
Rē) kore kaban   Kore wa watashi no kaban desu.

① あれ／ぼうし ⇒ _____
   are bōshi

② これ／かさ ⇒ _____
   kore kasa

③ それ／ほん ⇒ _____
   sore hon

B 〜が ありません There is not 〜. / không có 〜
ga   arimasen

🎧 58

れんしゅう / Renshu

れい) ほん ⇒ わたしの ほんが ありません。
Rē) hon   Watashi no hon ga arimasen.

① かさ ⇒ _____
   kasa

② スマホ ⇒ _____
   sumaho

③ かばん ⇒ _____
   kaban

Unit 10
Family, Person
Gia đình, Người
(家族・人)

❶ Family/ Gia đình (家族)

おじいさん
ojīsan
grand father / ông

おばあさん
obāsan
grand mother / bà

おじさん
ojisan
uncle / chú bác

おばさん
obasan
aunt / cô dì

ちち／
おとうさん
chichi/otōsan
father / bố

はは／
おかあさん
haha/okāsan
mother / mẹ

おじさん
ojisan
uncle / chú bác

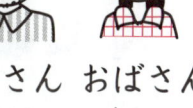
おばさん
obasan
aunt / cô dì

きょうだい
kyōdai
brother, sibling
anh em

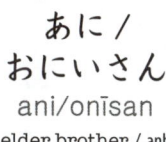
あに／
おにいさん
ani/onīsan
elder brother / anh

あね／
おねえさん
ane/onēsan
elder sister / chị

わたし
watashi
I / tôi

おとうと
otōto
little brother / em trai

いもうと
imōto
little sister / em gái

かぞく
kazoku
family / gia đình

PART 2
Japanese Words and Expressions
Từ và cách nói tiếng Nhật

むすこ
musuko
son / con trai

むすめ
musume
daughter / con gái

つま
tsuma
wife / vợ

おっと
otto
husband / chồng

こども
kodomo
child / trẻ con

かぞく
kazoku
family / gia đình

❷ Person / Người (人)

ともだち
tomodachi
friend / bạn bè

おとこ
otoko
man / anh em họ

おんな
onna
woman / con gái

おとこのこ
otoko no ko
boy / bé gái

おんなのこ
onna no ko
girl / bé trai

72

なまえ
namae
name / tên

〜さん
〜 san
Mr., Ms. /Anh, Chị ~

せんせい
sensē
teacher / cô giáo, thầy giáo

がくせい
gakusē
student / học sinh

いしゃ
isha
doctor / bác sĩ

おまわりさん
omawarisan
police officer / cảnh sát

❸ Nationality / Quốc tịch (国籍)

〜じん
jin

にほんじん
nihon-jin
Japanese / người Nhật

ベトナムじん
betonamu-jin
Vietnamese / người Việt

アメリカじん
amerika-jin
American / người Mỹ

ちゅうごくじん
chūgoku-jin
Chinese / người Trung Quốc

PART 2
Japanese Words and Expressions
Từ và cách nói tiếng Nhật

NOTE

- □ にほん　Japan / Nhật Bản
  nihon

- □ ベトナム　Vietnam / Việt nam
  betonamu

- □ アメリカ　America / Hoa Kỳ
  amerika

- □ ちゅうごく　China / Trung quốc
  chūgoku

---

❹ Basic phrases / Cụm từ cơ bản 🎧62

A わたしは　〜です　I am 〜 / Tôi là 〜
　　Watashi wa　desu

れい)　たなか／にほんじん
Rē)　Tanaka　nihon-jin

⇒ わたしは　たなかです。にほんじんです。
　　Watashi wa Tanaka desu. Nihon-jin desu.

① グエン／ベトナムじん　⇒ _____
　Guen　betonamu-jin

② リサ／アメリカじん　⇒ _____
　Risa　amerika-jin

③ ワン／いしゃ　　　　⇒ _____
　Wan　isha

B おとしは？ How old are you? / anh/chị bao nhiêu tuổi
o-toshi wa?

／（お）としは　（お）いくつですか How old are you? / anh/chị bao nhiêu tuổi
(o)toshi wa　(o)ikutsu desu ka?

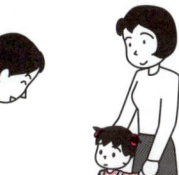

～さいです I am ～ years old / Tôi ～ tuổi
sai desu

れんしゅう / Renshū

れい）たなかさん ⇒ （たなかさん、）おとしは？／おとしは おいくつですか。　…26 さいです。

Rē) Tanaka-san　(Tanaka-san,) O-toshi wa?　O-toshi wa o-ikutsu desu ka?　Nijūroku-sai desu.

① グエン／23 さい ⇒
Guen　nijūsan-sai

② （たなかさんの）おとうさん／64 さい
(Tanaka-san no) otōsan　rokujūyon-sai

⇒ _____

NOTE

□ （お）なまえは？／（お）なまえは なんですか。 What is your name? / Tên của anh là?
o namae wa?　o namae wa nan desu ka?

れい）おなまえは？　…グエンです。
Rē) onamae wa?　Guen desu.

Unit 10 Family, Person / Gia đình, Người

Unit 11
Body, Health
Cơ thể, sức khỏe
(体・健康)

❶ Body/ Cơ thể (体)

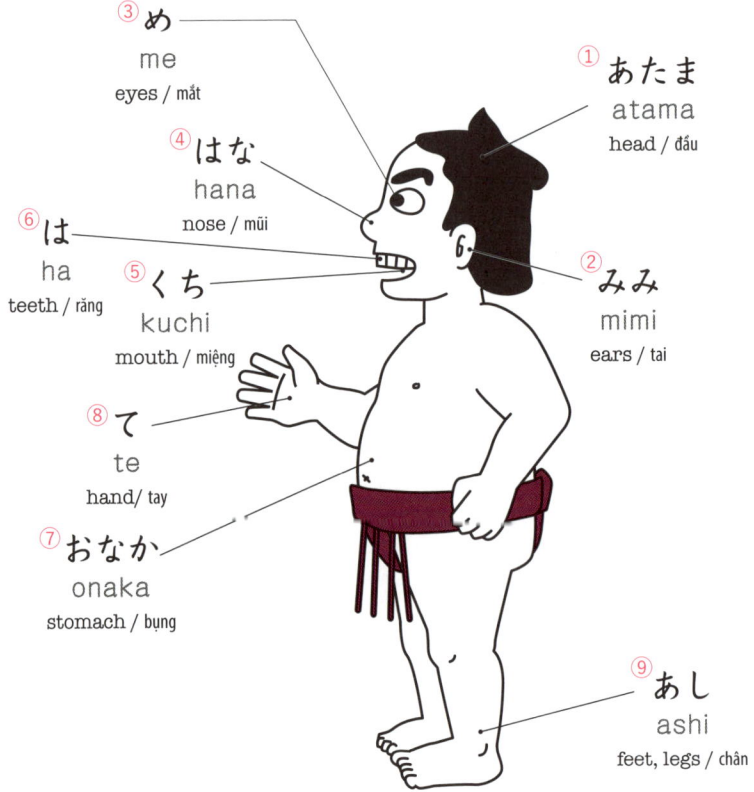

❷ Basic phrases / Cụm từ cơ bản

A ～が いたいです I hurt ～ / Đau ~
ga　itai　desu

れんしゅう / Renshū

れい） は ⇒ はが いたいです。
Rē)　ha　　　Ha ga itai desu.

① あたま ⇒ _____
atama

② おなか ⇒ _____
onaka

③ あし ⇒ _____
ashi

B きもちわるいです I feel sick / Khó chịu
kimochiwarui　desu

ねつが あります I have a fever / Bị sốt
netsu ga　arimasu

れんしゅう / Renshū

れい） いたいです
Rē)　itai desu

⇒ だいじょうぶですか。 …ちょっと いたいです。
　　Daijōbu desu ka?　　　Chotto itai desu.

① きもちわるいです ⇒ _____
kimochiwarui desu

② ねつが あります ⇒ _____
netsu ga arimasu

Unit 11 Body, Health / Cơ thể, sức khỏe

PART 2
Japanese Words and Expressions
Từ và cách nói tiếng Nhật

れんしゅう の こたえ
Renshū no kotae

Practice answers
Đáp án phần luyện tập

Unit 3

❸ Basic phrases / Cụm từ cơ bản

れんしゅう

1) ··· (18)

① くじ　よんじゅっぷんです。
Kuji yonjuppun desu.

② よじ　ごふんです。
Yoji gofun desu.

③ いちじ　にじゅっぷんです。
Ichiji nijuppun desu.

④ じゅうじ　よんぷんです。
Jūji yonpun desu.

⑤ ごじ　じゅうにふんです。
Goji jūnifun desu.

2) ··· (19)

① ごご　さんじです。
Gogo sanji desu.

② ごぜん　ごじ　にじゅっぷんです。
Gozen goji nijuppun desu.

③ ごご　よじです。
Gogo yoji desu.

④ ごぜん　ろくじ　はん（さんじゅっぷん）です。
Gozen rokuji han (sanjuppun) desu.

⑤ ごご　くじ　じゅうごふんです。
Gogo kuji jūgofun desu.

Unit 4

❼ Basic phrases / Cụm từ cơ bản

A

れんしゅう 1 ··· (27)

① おすしを　たべます。
O-sushi o tabemasu.

78

② サンドイッチを　たべます。
   Sandoicchi o tabemasu.
③ あさごはんを　たべます。
   Asagohan o tabemasu.

れんしゅう2 (28)

① こうちゃを　のみます。
   Kōcha o nomimasu.
② おちゃを　のみます。
   O-cha o nomimasu.
③ ワインを　のみます。
   Wain o nomimasu.

B

れんしゅう (29)

① これは　なんですか。　…これは　サラダです。
   Kore wa nan desu ka?　　Kore wa sarada desu.
② これは　なんですか。　…これは　デザートです。
   Kore wa nan desu ka?　　Kore wa dezāto desu.
③ これは　なんですか。　…これは　おさけです。
   Kore wa nan desu ka?　　Kore wa o-sake desu.

C

れんしゅう1 (30)

① メニューを　おねがいします。
   Menyū o onegai-shimasu.
② グラスを　おねがいします。
   Gurasu o onegai-shimasu.
③ おみずを　おねがいします。
   O-mizu o onegai-shimasu.
④ かいけいを　おねがいします。
   Kaikē o onegai-shimasu.

れんしゅう2 (31)

① ラーメンを　ふたつ　おねがいします。
   Rāmen o futatsu onegai-shimasu.

PART 2
Japanese Words and Expressions
Từ và cách nói tiếng Nhật

れんしゅう の こたえ

Practice answers
Đáp án phần luyện tập

② コーヒーを ひとつ おねがいします。
　Kōhī o hitotsu onegai-shimasu.

③ グラスを みっつ おねがいします。
　Gurasu o mittsu onegai-shimasu.

D

れんしゅう 1 .... (32)

① カレーを ください。
　Karē o kudasai.

② ビールを ください。
　Bīru o kudasai.

③ おみずを ください。
　O-mizu o kudasai.

れんしゅう 2 .... (33)

① こうちゃを ふたつ ください。
　Kōcha o futatsu kudasai.

② これを ひとつ ください。
　Kore o hitotsu kudasai.

③ おはしを みっつ ください。
　O-hashi o mittsu kudasai.

Unit 5

❸ Basic phrases / Cụm từ cơ bản

B

れんしゅう .... (38)

① らいげつの とおかです。
　Raigetsu no tōka desu.

② ことしの はちがつです。
　Kotoshi no hachigatsu desu.

③ こんげつの にじゅうごにちです。
　Kongetsu no nijūgonichi desu.

C

れんしゅう ·· 39

① たんじょうびは いつですか。 …ごがつ とおかです。
　　Tanjōbi wa itsu desu ka?　　　Gogatsu tōka desu.

② おまつりは いつですか。 …こんしゅうの どようびです。
　　O-matsuri wa itsu desu ka?　　Konshū no doyōbi desu.

③ それは いつですか。 …こんげつの はつかです。
　　Sore wa itsu desu ka?　　　Kongetsu no hatsuka desu.

Unit 6

❹ Basic phrases / Cụm từ cơ bản

A

れんしゅう ·· 43

① それは ちいさいです。
　　Sore wa chīsai desu.

② これは たかいです。
　　Kore wa takai desu.

③ あれは やすいです。
　　Are wa yasui desu.

④ これは ながいです。
　　Kore wa nagai desu.

B

れんしゅう ·· 44

① これは いくらですか。 …はっぴゃくえんです。
　　Kore wa ikura desu ka?　　Happyaku-en desu.

② これは いくらですか。 …せんろっぴゃくえんです。
　　Kore wa ikura desu ka?　　Senroppyaku-en desu.

C

れんしゅう ·· 45

① あたらしい くつを かいます。
　　Atarashī kutsu o kaimasu.

② おおきい かばんを かいます。
　　Ōkī kaban o kaimasu.

③ にほんの おみやげを かいます。
　　Nihon no o-miyage o kaimasu.

D

> れんしゅう .... (42)

① それを ください。
　　Sore o kudasai.

② あれを ください。
　　Are o kudasai.

③ これを みっつ ください。
　　Kore o mittsu kudasai.

Unit 7

❸ Basic phrases / Cụm từ cơ bản

A

> れんしゅう .... (49)

① としょかんに いきます。
　　Toshokan ni ikimasu.

② ぎんこうに いきます。
　　Ginkō ni ikimasu.

③ スーパーに いきます。
　　Sūpā ni ikimasu.

④ とうきょうに いきます。
　　Tōkyō ni ikimasu.

B

> れんしゅう .... (50)

① タクシーに のります。
　　Takushī ni norimasu.

② バスに のります。
　　Basu ni norimasu.

③ ひこうきに のります。
　　Hikōki ni norimasu.

C

れんしゅう …………………………………………………………… 51

① バスで いきます。
Basu de ikimasu.

② タクシーで いきます。
Takushī de ikimasu.

③ しんかんせんで いきます。
Shinkansen de ikimasu.

D

れんしゅう …………………………………………………………… 52

① わたしは いきません。
Watashi wa ikimasen.

② わたしは のみません。
Watashi wa nomimasen.

③ わたしは かいません。
Watashi wa kaimasen.

Unit 8

❸ Basic phrases / Cụm từ cơ bản

れんしゅう …………………………………………………………… 55

① エレベーターは どこですか。 …あそこです。
Erebētā wa doko desu ka?　　Asoko desu.

② ゴミばこは どこですか。 …ここです。
Gomibako wa doko desu ka?　Koko desu.

③ でぐちは どこですか。 …あそこです。
Deguchi wa doko desu ka?　Asoko desu.

Unit 9

❷ Basic phrases / Cụm từ cơ bản

A

れんしゅう …………………………………………………………… 57

① あれは わたしの ぼうしです。
Are wa watashi no bōshi desu.

83

PART 2
Japanese Words and Expressions
Từ và cách nói tiếng Nhật

れんしゅう の こたえ

Practice answers
Đáp án phần luyện tập

② これは　わたしの　かさです。
Kore wa watashi no kasa desu.

③ それは　わたしの　ほんです。
Sore wa watashi no hon desu.

B

れんしゅう .... (58)

① わたしの　かさが　ありません。
Watashi no kasa ga arimasen.

② わたしの　スマホが　ありません。
Watashi no sumaho ga arimasen.

③ わたしの　かばんが　ありません。
Watashi no kaban ga arimasen.

Unit 10

❹ Basic phrases / Cụm từ cơ bản

A

れんしゅう .... (62)

① わたしは　グエンです。ベトナムじんです。
Watashi wa Guen desu. Betonamu-jin desu.

② わたしは　リサです。アメリカじんです。
Watashi wa Risa desu. Amerika-jin desu.

③ わたしは　ワンです。いしゃです。
Watashi wa Wan desu. Isha desu.

B

れんしゅう .... (63)

① （グエンさん、）おとしは？／おとしは　おいくつですか。　…23さいです。
(Guen-san,) O-toshi wa? / O-toshi wa o-ikutsu desu ka?　　Nijūsan-sai desu.

② おとうさんの　おとしは？
／おとうさんの　おとしは　おいくつですか。　…64さいです。
Otōsan no o-toshi wa?
/ Otōsan no o-toshi wa o-ikutsu desu ka?　　Rokujūyon-sai desu.

84

Unit 11

❷ Basic phrases / Cụm từ cơ bản

A

(れんしゅう) .... (65)

① あたまが　いたいです。
　 Atama ga itai desu.

② おなかが　いたいです。
　 Onaka ga itai desu.

③ あしが　いたいです。
　 Ashi ga itai desu.

B

(れんしゅう) .... (66)

① だいじょうぶですか。　…ちょっと　きもちわるいです。
　 Daijōbu desu ka?　　　Chotto kimochiwarui desu.

② だいじょうぶですか。　…ちょっと　ねつが　あります。
　 Daijōbu desu ka?　　　Chotto netsu ga arimasu.

Word index 〈Kana version〉
Chỉ mục từ 〈Phiên bản Kana〉

(単語さくいん)

		UNIT NO. ※❶/❷=Part1/2
あお	blue / màu xanh	ふろく
あおい（です）	blue / xanh	ふろく
あか	red / màu đỏ	ふろく
あかい（です）	red / đỏ	ふろく
あき	autumn / mùa thua	ふろく
あさ	morning / buổi sáng	❷-3
あさごはん	breakfast / bữa sáng	❷-4
あし	foot, leg / chân	❷-11
あした	tomorrow / ngày mai	❷-3
あそこ	there / kia	❷-8
あたたかい（です）	warm, hot / ấm áp, nóng	ふろく
あたま	head / đầu	❷-11
あたらしい	new / mới	❷-6
あに／おにいさん	elder brother / anh	❷-10
あね／おねえさん	elder sister / chị	❷-10
あぶない（です）	dangerous / nguy hiểm	ふろく
あまい（です）	sweet / ngọt	ふろく
あめ	rain / chào buổi sáng	❶-3
あめ	candy / kẹo	❶-3
あめ（です）	rainy / mưa	ふろく
アメリカじん	American / người Mỹ	❷-10
あれ	that / cái đó, cái kia	❷-4
いい（です）	good / tốt	ふろく
いいえ	no / không	❷-1
いくつ	How many? / bao nhiêu cái	❷-2
いしゃ	doctor / bác sĩ	❷-10
いす	chair / ghế	❷-8
いち	one / một	❷-2
いちがつ	January / tháng một	❷-5
いちまん	ten thousand / 1 vạn	❷-2
いつか	fifth (day) / mùng 5	❷-5
いっかい	once / một lần	❷-2
いつつ	five (things) / năm cái	❷-2, 4
いま	now / bây giờ, hiện nay	❷-3
いもうと	little sister / em gái	❶-3, ❷-10
いりぐち	entrance / cửa vào	❷-8
エアコン	air conditioner / máy điều hòa	ふろく
えいが	movie film / phim điện ảnh	ふろく
えいご	English / tiếng Anh	ふろく
えき	station / nhà ga	❷-7
エレベーター	elevator / cầu thang máy	❷-8
おおきい	big / to	❷-6
おかし	snack/ sweet / bánh kẹo	❷-4, 6
おかね	money / tiền	❷-6
おさけ	alcoholic drink / rượu	❷-4
おさら	dish / đĩa	❷-4
おじいさん	grand father / ông	❷-10
おじさん	uncle / chú bác	❷-10
おそい（です）	late / muộn	ふろく
おちゃ	tea / trà	❷-4
おっと	husband / chồng	❷-10
おつり	change / tiền trả lại	❷-6
おとうと	little brother / em trai	❷-10

おとこ	man đàn ông, nam giới	❷-10	きもの	kimono kimono	❶-3
おとこのこ	boy bé trai	❷-10	きゅう／く	nine chín	❷-2
おなか	stomach bụng	❷-11	ぎゅうにく	beef thịt bò	❷-4
おにぎり	rice ball cơm nắm	❷-4	ぎゅうにゅう	milk sữa bò	❷-4
おばあさん	grand mother bà	❷-10	きょう	today hôm nay	❷-3
おばさん	aunt cô dì	❷-10	きょうしつ	classroom phòng học	ふろく
おはし	chopsticks đũa	❷-4	きょうだい	brother/ sibling anh em	❷-10
おまつり	festival lễ hội	❷-5	きょうと	Kyoto Kyoto	❶-3
おまわりさん	police officer cảnh sát	❷-10	きょねん	last year năm ngoái	❷-5
おみやげ	gift/souvenir quà	❷-6	きらい（です）	dislike ghét	ふろく
おゆ	hot water nước nóng	❷-4	きれい（です）	clean, beautiful đẹp, sạch	ふろく
おんな	woman con gái	❷-10	きんえん	non-smoking không hút thuốc	ふろく
おんなのこ	girl bé gái	❷-10	ぎんこう	bank ngân hàng	❷-7
カード	card thẻ	❷-6	きんようび	Friday thứ sáu	❷-5
かいしゃ	company công ty	❷-7	くうこう	airport sân bay	❶-3, ❷-7
かぎ	key chìa khóa	❷-9	くがつ	September tháng chín	❷-5
がくせい	student học sinh	❷-10	くすり	medicine thuốc	ふろく
かさ	umbrella ô	❷-9	くち	mouth miệng	❷-11
かぞく	familiy gia đình	❷-10	くつ	shoes giày	❶-3, ❷-6
がっこう	school trường học	❶-3, ❷-7	くつした	socks tất	❶-3, ふろく
かばん	bag cặp sách	❷-9	くもり（です）	cloudy (trời) nhiều mây, u ám	ふろく
カフェ	café quán cà phê	❷-7	グラス	glass cốc thủy tinh	❷-4
カメラ	camera camera	❷-9	くるま	car xe ô tô	❷-7
かようび	Tuesday thứ ba	❷-5	くろ	black màu đen	ふろく
からい（です）	hot, spicy cay	ふろく	くろい（です）	black đen	ふろく
カレー	curry cơm cari	❷-4	けいさつ	police cảnh sát	❷-7
きたない（です）	dirty bẩn thỉu	ふろく	けしょうひん	cosmetics mỹ phẩm	ふろく
きっさてん	café quán giải khát	❷-7	げつようび	Monday thứ hai	❷-5
きっぷ	ticket vé	❶-3, ❷-7	ご	five năm	❷-2
きのう	yesterday hôm qua	❷-3	こうえん	park công viên	❷-7

こうちゃ	black tea trà đen	❷-4		じしょ	dictionary từ điển	ふろく
コーヒー	coffee cà phê	❷-4		しずか（です）	quiet yên tĩnh	ふろく
コーラ	coke coca cola	❷-4		しち／なな	seven bảy	❷-2
ごがつ	May tháng năm	❷-5		しちがつ	July tháng bảy	❷-5
ここ	here đây	❷-8		じてんしゃ	bicycle xe đạp	ふろく
ごご	p.m. buổi chiều	❷-3		じどうはんばいき	vending machine máy bán hàng tự động	ふろく
ここのか	nineth (day) mùng 9	❷-5		シャツ	shirt áo sơ mi	❷-6
ここのつ	nine (things) chín cái	❷-2, 4		シャワー	shower tắm vòi hoa sen	ふろく
ごぜん	a.m. buổi sáng	❷-3		シャンプー	shampoo gội đầu	ふろく
ことし	this year năm nay	❷-5		じゅう	ten mười	❷-2
こども	child trẻ con	❷-10		じゅういちがつ	November tháng mười một	❷-5
ごはん	rice cơm	ふろく		じゅうがつ	October tháng mười	❷-5
コピー	copy photocopy	ふろく		じゅうにがつ	December tháng mười hai	❷-5
ごみ	trash rác	❷-8		じゅぎょう	class giờ học	ふろく
ごみばこ	waste basket thùng rác	❷-8		しゅっぱつ	departure xuất phát	ふろく
これ	this cái này	❷-4		しょうゆ	soy sauce xì dầu, nước tương	ふろく
こんげつ	this month tháng nay	❷-5		しろ	white màu trắng	ふろく
こんしゅう	this week tuần này	❷-5		しろい（です）	white trắng	ふろく
コンビニ	convenience store cửa hàng tiện ích	❷-7		〜じん	a person from 〜 người 〜	❷-10
さいふ	wallet ví	❷-9		しんかんせん	bullet train tàu siêu tốc shinkansen	❷-7
さくら	cherry blossom hoa anh đào	ふろく		しんぶん	newspaper báo	❶-3
さとう	sugar đường	ふろく		すいようび	Wednesday thứ tư	❷-5
サラダ	salad sa lát	❷-4		スーパー	supermarket siêu thị	❷-7
さん	three ba	❷-2		スープ	soup súp	❷-4
〜さん	Mr./Ms. anh/chị 〜	❷-10		すき（です）	like thích	ふろく
さんがつ	March tháng ba	❷-5		すこし（です）	a little một chút	ふろく
サンドイッチ	sandwich bánh mì kẹp san uých	❷-4		すし	sushi sushi	❷-4
し／よん	four bốn	❷-2		スパゲティ	spaghetti mì ý	ふろく
しお	salt muối	ふろく		スポーツ	sport thể thao	ふろく
しがつ	April tháng tư	❷-5		ズボン	pants quần	ふろく

スマホ	smart phone điện thoại thông minh	❷-9		テーブル	table bàn ăn	❷-8
ゼロ／れい	zero số 0	❷-2		でぐち	exit cửa ra	❷-8
せん	thousand nghìn	❷-2		デザート	dessert tráng miệng	❷-4
せんげつ	last month tháng trước	❷-5		テスト	test bài kiểm tra	ふろく
せんしゅう	last week tuần trước	❷-5		テニス	tennis ten-nít	ふろく
せんせい	teacher thầy cô giáo	❷-10		デパート	department store trung tâm mua sắm	❷-7
そうじ	cleaning lau dọn, dọn dẹp	ふろく		テレビ	television tivi	❶-3, ❷-8
そこ	there đó	❷-8		でんしゃ	train tàu điện	❷-7
それ	that cái kia	❷-4		でんわ	telephone điện thoại	❷-8
たいせつ（です）	important quan trọng	ふろく		でんわばんごう	phone number số điện thoại	ふろく
たかい	expensive đắt	❷-6		トイレ	toilet nhà vệ sinh	❷-8
たくさん（です）	much, many nhiều	ふろく		とうきょう	Tokyo Tokyo	❶-3, ❷-7
タクシー	taxi taxi	❷-7		どうぞ	Here you are. xin mời	❷-1
たのしい（です）	fun vui	ふろく		とうふ	tofu đậu phụ	❶-3
たばこ	cigarette thuốc lá	ふろく		とお	ten (things) mười	❷-2, 4
たべもの	food đồ ăn	❷-4		とおか	tenth (day) mùng 10	❷-5
たまご	egg trứng	ふろく		とけい	watch, clock đồng hồ	❷-9
たんじょうび	birthday ngày sinh nhật	❷-5		としょかん	library thư viện	❷-7
ちいさい	small nhỏ	❷-6		ともだち	friend bạn bè	❷-10
チーズ	cheese phô mai	ふろく		どようび	Saturday thứ bảy	❷-5
ちかい（です）	near gần	ふろく		ドラッグストア	pharmacy, drugstore cửa hàng thuốc	❷-7
ちかてつ	subway tàu điện ngầm	❷-7		とりにく	chicken thịt gà	❷-4
チケット	ticket vé	ふろく		ナイフ	knife dao	❷-4
ちず	map bản đồ	❷-7		ながい	long dài	❷-6
ちち／おとうさん	father bố	❷-10		なつ	summer mùa hè	ふろく
ちゅうごくじん	Chinese người Trung Quốc	❷-10		ななつ	seven (things) bảy cái	❷-2, 4
ついたち	first (day) mùng 1	❷-5		なのか	seventh (day) mùng 7	❷-5
つくえ	desk bàn học	❷-8		なまえ	name tên	❷-10
つま	wife vợ	❷-10		なんかい	how many times mấy lần	❷-2
て	hand tay	❷-11		なんさい	how old mấy tuổi	❷-2

なんさつ	How many (books) mấy quyển	❷-2	パン	bread bánh mì	❷-4
なんにち	what day mấy ngày	❷-5	ばんごはん	supper, dinner bữa tối	❷-4
なんにん	How many people mấy người	❷-2	ハンバーガー	hamburger bánh mì kẹp thịt	❷-4
なんばん	what number số mấy	❷-2	ビール	beer bia	❷-4
に	two hai	❷-2	ひこうき	airplane máy bay	❷-7
にかい	twice hai lần	❷-2	ひだり	left bên trái	ふろく
にがつ	February tháng hai	❷-5	ひとつ	one (thing) một cái	❷-2, 4
にちようび	Sunday chủ nhật	❷-5	ひとり	one (person) một người	❷-2
にほん	Japan Nhật Bản	❶-3	ひゃく	one hundred một trăm	❷-2
にほんご	Japanese (language) tiếng Nhật	❶-3	びょういん	hospital bệnh viện	❷-7
にほんじん	Japanese (person) người Nhật	❷-10	びょうき	sick bệnh tật	ふろく
にもつ	laggage hành lí	❷-9	ひる	afternoon buổi trưa	❷-3
～の～	～ of ～ ～ của ～	❷-5	ひるごはん	lunch bữa trưa	❷-4
のみもの	bevarage đồ uống	❷-4	フォーク	fork đĩa	❷-4
は	teeth răng	❷-11	ふく	clothes quần áo	❷-6
はい	yes vâng	❷-8	ふたつ	two (things) hai cái	❷-2, 4
はこ	box cái hộp	❷-8	ぶたにく	pork thịt lợn	❷-4
バス	bus xe buýt	❷-7	ふたり	two (persons) hai người	❷-2
パスポート	passport hộ chiếu	ふろく	ふつか	second (day) mùng 2	❷-5
パソコン	personal computer máy tính	❷-8	ふね	ship tàu thủy	❷-7
バター	butter bơ	ふろく	ふゆ	winter mùa đông	ふろく
はち	eight tám	❷-2	ふるい	old cũ	❷-6
はちがつ	August tháng tám	❷-5	ベッド	bed giường	❷-8
はな	nose mũi	❷-11	ベトナムじん	Vietnamese (person) người Việt	❷-10
はな	flower hoa	ふろく	へや	room căn phòng	❷-8
バナナ	banana quả chuối	❶-3	ペン	pen bút	❷-9
はは／おかあさん	mother mẹ	❷-10	べんり（です）	convenient tiện lợi	ふろく
はやい（です）	early, fast sớm	ふろく	ぼうし	hat mũ	❷-9
はる	spring mùa xuân	ふろく	ほっかいどう	Hokkaido Hokkaido	❶-3
はれ（です）	sunny trời nắng	ふろく	ホテル	hotel khách sạn	❷-7

ほん	book / sách	❷-9
ほんや	book store / hiệu sách	ふろく
みぎ	right / bên phải	ふろく
みじかい	short / ngắn	❷-6
みず	water / nước	❷-4
みせ	shop / Quán, cửa hàng	❷-7
みち	road / đường phố	❷-7
みっか	third (day) / mùng 3	❷-5
みっつ	three (things) / ba cái	❷-2, 4
みみ	ear / tai	❷-11
むいか	sixth (day) / mùng 6	❷-5
むすこ	son / con trai	❷-10
むすめ	daughter / con gái	❷-10
むっつ	six (things) / sáu cái	❷-2, 4
め	eye / mắt	❷-11
メール	e-mail / email	❷-8
めがね	glasses / kính	❷-9
メニュー	menue / menu, thực đơn	❷-4
もくようび	Thursday / thứ năm	❷-5
やすい	cheap / rẻ	❷-6
やすみ	day off / nghỉ	ふろく
やっつ	eight (things) / tám cái	❷-2, 4
ゆうびんきょく	post office / bưu điện	❷-7
ゆうめい（です）	famous / nổi tiếng	ふろく
ようか	eighth (day) / mùng 8	❷-5
よっか	fourth (day) / mùng 4	❷-5
よっつ	four (things) / bốn cái	❷-2, 4
よる／ばん	night / buổi tối	❷-3
ラーメン	ramen / mỳ ramen	❷-4
らいげつ	next month / tháng sau	❷-5
らいしゅう	next week / tuần sau	❷-5
ライス	rice / gạo	ふろく
らいねん	next year / năm sau	❷-5
ランチ	lunch / bữa trưa	ふろく
りょうり	dish / món ăn	❷-4
りょこう	trip / du lịch	ふろく
りんご	apple / quả táo	❶-3
れいぞうこ	fridge / tủ lạnh	❷-8, ふろく
レジ	cashier / quầy tính tiền	❷-6
レシート	receipt / hóa đơn	❷-6
レストラン	restaurant / nhà hàng	❷-7
ろく	six / sáu	❷-2
ろくがつ	June / tháng sáu	❷-5
ワイン	wine / rượu vang	❷-4
わたし	I / tôi	❷-10
わたしの〜	my 〜 / 〜 của tôi	❷-9

Phrase index ⟨Kana version⟩
Chỉ mục từ ⟨Phiên bản Kana⟩

(フレーズさくいん)

		UNIT NO. ※❶/❷=PartI/2
あたらしいです。	It's new. (Cái gì đó) mới.	❷-6
ありがとうございます。	Thank you. Cám ơn.	❷-1
いいえ。	No. Không.	❷-1
いいえ、ちがいます。	No, I don't/ No, I'm not. không, không phải.	ふろく
いくつですか。	How old are you? Bao nhiêu tuổi?	ふろく
いくらですか。	How much? Bao nhiêu tiền?	❷-6
いたいです。	I have a pain. Tôi bị đau.	❷-11
いただきます。	——— Cách nói khi mời ăn cơm.	ふろく
いやです。	No way. Tôi không thích.	❷-1
おおきいです。	It's big. To quá!	❷-6
おだいじに。	Take care. Giữ gìn sức khỏe.	ふろく
(お)としは？	How old are you? Anh/Chị bao nhiêu tuổi.	❷-10
(お)としは (お)いくつですか。	How old are you? Anh/Chị bao nhiêu tuổi.	❷-10
おなまえは？	What is your name? Tên của anh là?	❷-10
おはようございます。	Good morning. Chào buổi sáng.	❷-1
おめでとうございます。	Congratulations! Chúc mừng.	ふろく
おやすみなさい。	Good night. Chúc ngủ ngon.	❷-1
〜が ありません。	There isn't (aren't) 〜. Không có 〜.	❷-9
〜が いたいです	I hurt 〜. Đau 〜	❷-11
かいて ください。	Could you write it down? Hãy viết đi!	ふろく
きもちわるいです	I feel sick. Khó chịu.	❷-11
げんきですか。	How are you? Bạn khỏe không?	❷-1
ごご〜じです。	It's 〜 p.m. 〜 giờ chiều.	❷-3
ごぜん〜じです。	It's 〜 a.m. 〜 giờ sáng.	❷-3
ごちそうさま。	——— Cách nói sau khi ăn cơm xong.	ふろく
ごめんなさい。	I'm sorry. Xin lỗi.	❷-1
これは 〜です。	This is 〜. Đây là 〜.	❷-4
これは なんですか。	What is this? Đây là cái gì?	❷-4

こんにちは。	Hello. Xin chào.	❷-1
こんばんは。	Good evening. Chào buổi tối.	❷-1
～さいです。	I am ~ years old. Tôi ~ tuổi.	❷-10
さようなら。	Good bye. Tạm biệt.	❷-1
しつれいします。	Excuse me. Xin lỗi.	ふろく
～じ ～ぷんです。	It's ~ (hour) ~ (minute). ~ giờ ~ phút.	❷-3
じゃあ、また。	See you later. Hẹn gặp lại!	ふろく
スポーツが すきです。	I like sports. Tôi thích thể thao.	ふろく
すみません。	Excuse me. Xin lỗi.	❷-1
だいじょうぶです。	Alright. Không sao, được.	❷-1
たかいです。	It's expensive. Đắt quá!	❷-6
たまねぎが きらいです。	I dislike onions. Tôi ghét hành tây.	ふろく
だめです。	No./ Not good. Không được.	❷-1
だれですか。	Who is ? Ai đấy ạ?	ふろく
ちいさいです。	It's small. Nhỏ quá!	❷-6
チェックアウトを おねがいします。	Could you check-out, please? Cho tôi làm thủ tục trả phòng.	ふろく
チェックインを おねがいします。	Could you check-in, please? Cho tôi làm thủ tục nhận phòng.	ふろく
ちょっと まって ください。	Could you wait a moment? Đợi tôi một chút.	ふろく
～で いきます。	I go by ~. Đi bằng ~.	❷-7
できます。	I can. Có thể.	ふろく
できません。	I can't. Không thể.	ふろく
～です。	It is ~. là ~.	❷-6
どういたしまして。	You're welcome. Không có gì.	❷-1
どうぞ。	Here you are. Xin mời.	❷-1
どうぞ よろしく おねがいします。	Nice to meet you. Rất vui được gặp.	ふろく
どこですか。	Where? Ở đâu ạ?	❷-8
どっちですか。	Which one? (between two things) Cái nào? (lựa chọn giữa hai vật)	ふろく
どれですか。	Which one? (among more than three things). Cái nào? (lựa chọn từ 3 vật trở lên).	ふろく
ながいです。	It's long. Dài quá!	❷-6
なんじですか。	What time? Mấy giờ rồi?	❷-3
なんですか。	What? Cái gì vậy?	❷-4
～に いきます。	I go to ~. Tôi đi đến ~.	❷-7

～に のります。	I get on ～ /I ride ～. Tôi lên ～ (phương tiện giao thông).		❷-7
ねつが あります。	I have a fever. Bị sốt.		❷-11
～の～	～ of ～ ～ của ～		❷-5
はい。	Yes. Vâng.		❷-1
はい、げんきです。	Yes, I'm fine. Vâng, tôi khỏe.		❷-1
はい、そうです。	Yes, I do/ Yes, I am. Vâng, đúng vậy.		ふろく
～は いくらですか。	How much is ～ ? ～ bao nhiêu tiền?		❷-6
～は いつですか。	When is ～ ? ～ là bao giờ?		❷-5
はじめまして。たなかです。	Nice to meet you. I am Tanaka. Xin chào, tôi là Tanaka.		ふろく
～は どこですか。	Where is ～ ? ～ ở đâu ạ?		❷-8
ふるいです。	It's old. (Cái gì đó) cũ.		❷-6
ベトナムから きました。	I am from Vietnam. Tôi đến từ Việt Nam.		ふろく
～ません。	I do not ～ / I am not ～. không ～.		❷-7
みじかいです。	It's short. Ngắn quá!		❷-6
もういちど おねがいします。	Could you repeat it once again? Xin hãy nói lại một lần nữa.		ふろく
やすいです。	It's cheap. Rẻ quá!		❷-6
ゆっくり おねがいします。	Could you speak more slowly? Xin hãy nói từ từ.		ふろく
よやくを おねがいします。	I'd like to make a reservation. Cho tôi đặt hẹn.		ふろく
わかりました。	I understand. Tôi hiểu rồi.		❷-1
わかりません。	I don't understand. Tôi không biết.		❷-1
わたしの～	my ～ ～ của tôi		❷-9
わたしは ～です。	I am ～. Tôi là ～.		❷-10
～を おねがいします。	please ～. Cho tôi/ Nhờ ～.		❷-4
～を かいます。	I buy ～. Mua ～.		❷-6
～を ください。（購入）	I'll take ～. Bán cho tôi ～ (mua hàng).		❷-6
～を ください。（注文）	I'd like ～. Cho tôi ～ (gọi món, đặt hàng).		❷-4
～を たべます。	I eat ～. Ăn ～.		❷-4
～を のみます	I drink ～. Uống ～.		❷-4

Word index 〈Roman version〉
Chỉ mục từ 〈Phiên bản La Mã〉

(単語さくいん)

		UNIT NO. ※❶/❷=PartI/2
abunai (desu)	dangerous nguy hiểm	ふろく
aka	red màu đỏ	ふろく
akai (desu)	red đỏ	ふろく
aki	autumn mùa thu	ふろく
amai (desu)	sweet ngọt	ふろく
ame	rain chào buổi sáng	❶-3
ame	candy kẹo	❶-3
ame (desu)	rainy mưa	ふろく
amerika-jin	American người Mỹ	❷-10
ane / onēsan	elder sister chị	❷-10
ani / onīsan	elder brother anh	❷-10
ao	blue màu xanh	ふろく
aoi (desu)	blue xanh	ふろく
are	that cái đó, cái kia	❷-4
asa	morning buổi sáng	❷-3
asagohan	breakfast bữa sáng	❷-4
ashi	foot, leg chân	❷-11
ashita	tomorrow ngày mai	❷-3
asoko	there kia	❷-8
atama	head đầu	❷-11
atarashī	new mới	❷-6
atatakai (desu)	warm, hot ấm áp, nóng	ふろく
banana	banana quả chuối	❶-3
bangohan	supper, dinner bữa tối	❷-4
basu	bus xe buýt	❷-7
batā	butter bơ	ふろく
beddo	bed giường	❷-8
benri (desu)	convenient tiện lợi	ふろく
betonamu-jin	Vietnamese (person) người Việt	❷-10
bīru	beer bia	❷-4
bōshi	hat mũ	❷-9
butaniku	pork thịt lợn	❷-4
byōin	hospital bệnh viện	❷-7
byōki	sick bệnh tật	ふろく
chichi / otōsan	father bố	❷-10
chikai (desu)	near gần	ふろく
chikatetsu	subway tàu điện ngầm	❷-7
chiketto	ticket vé	ふろく
chīsai	small nhỏ	❷-6
chizu	map bản đồ	❷-7
chīzu	cheese phô mai	ふろく
chūgoku-jin	Chinese (person) người Trung Quốc	❷-10
deguchi	exit cửa ra	❷-8
densha	train tàu điện	❷-7
denwa	telephone điện thoại	❷-8
denwabangō	phone number số điện thoại	ふろく
depāto	department store trung tâm mua sắm	❷-7
dezāto	dessert tráng miệng	❷-4
doraggu sutoa	pharmacy, drugstore cửa hàng thuốc	❷-7
doyōbi	Saturday thứ bảy	❷-5
Dōzo.	Here you are. Xin mời.	❷-1
eakon	air conditioner máy điều hòa	❷-8
ēga	movie film phim điện ảnh	ふろく

95

ēgo	English / tiếng Anh	ふろく	hako	box / cái hộp	❷-8
eki	station / nhà ga	❷-7	hana	flower / hoa	ふろく
erebētā	elevator / cầu thang máy	❷-8	hana	nose / mũi	❷-11
fōku	fork / đĩa	❷-4	hanbāgā	hamburger / bánh mì kẹp thịt	❷-4
fuku	clothes / quần áo	❷-6	hare (desu)	sunny / trời nắng	ふろく
fune	ship / tàu thủy	❷-7	haru	spring / mùa xuân	ふろく
furui	old / cũ	❷-6	hayai (desu)	early, fast / sớm	ふろく
futari	two (persons) / hai người	❷-2	heya	room / căn phòng	❷-8
futatsu	two (things) / hai cái	❷-2, 4	hidari	left / bên trái	ふろく
futsuka	second (day) / mùng 2	❷-5	hikōki	airplane / máy bay	❷-7
fuyu	winter / mùa đông	ふろく	hiru	afternoon / buổi trưa	❷-3
gakkō	school / trường học	❶-3, ❷-7	hirugohan	lunch / bữa trưa	❷-4
gakusē	student / học sinh	❷-10	hitori	one (person) / một người	❷-2
getsuyōbi	Monday / thứ hai	❷-5	hitotsu	one (thing) / một cái	❷-2, 4
ginkō	bank / ngân hàng	❷-7	Hokkaidō	Hokkaido / Hokkaido	❶-3
go	five / năm	❷-2	hon	book / sách	❷-9
gogatsu	May / tháng năm	❷-5	hon'ya	book store / hiệu sách	ふろく
gogo	p.m. / buổi chiều	❷-3	hoteru	hotel / khách sạn	❷-7
gohan	rice / cơm	ふろく	hyaku	one hundred / một trăm	❷-2
gomi	trash / rác	❷-8, ふろく	ī (desu)	good / tốt	ふろく
gomibako	waste basket / thùng rác	❷-8	ie	no / không	❷-1
gozen	a.m. / buổi sáng	❷-3	ichi	one / một	❷-2
gurasu	glass / cốc thủy tinh	❷-4	ichigatsu	January / tháng một	❷-5
gyūniku	beef / thịt bò	❷-4	ichiman	ten thousand / 1 vạn	❷-2
gyūnyū	milk / sữa bò	❷-4	ikkai	once / một lần	❷-2
ha	teeth / răng	❷-11	ikutsu	How many? / bao nhiêu cái	❷-2
hai	yes / vâng	❷-8	ima	now / bây giờ, hiện nay	❷-3
hachi	eight / tám	❷-2	imōto	little sister / em gái	❶-3, ❷-10
hachigatsu	August / tháng tám	❷-5	iriguchi	entrance / cửa vào	❷-8
haha / okāsan	mother / mẹ	❷-10	isha	doctor / bác sĩ	❷-10

isu	chair / ghế	❷-8		kirai (desu)	dislike / ghét	ふろく
itsuka	fifth (day) / mùng 5	❷-5		kirē (desu)	clean, beautiful / đẹp, sạch	ふろく
itsutsu	five (things) / năm cái	❷-2, 4		kissaten	café / quán giải khát	❷-7
jidōhanbaiki	vending machine / máy bán hàng tự động	ふろく		kitanai (desu)	dirty / bẩn thỉu	ふろく
~ jin	a person from ~ / người ~	❷-10		kōcha	black tea / trà đen	❷-4
jisho	dictionary / từ điển	ふろく		kodomo	child / trẻ con	❷-10
jitensha	bicycle / xe đạp	ふろく		kōen	park / công viên	❷-7
jū	ten / mười	❷-2		kōhī	coffee / cà phê	❷-4
jūgatsu	October / tháng mười	❷-5		koko	here / đây	❷-8
jugyō	class / giờ học	ふろく		kokonoka	nineth (day) / mùng 9	❷-5
jūichigatsu	November / tháng mười một	❷-5		kokonotsu	nine (things) / chín cái	❷-2, 4
jūnigatsu	December / tháng mười hai	❷-5		konbini	convenience store / cửa hàng tiện ích	❷-7
kaban	bag / cặp sách	❷-9		kongetsu	this month / tháng này	❷-5
kādo	card / thẻ	❷-6		konshū	this week / tuần này	❷-5
kafe	café / quán cà phê	❷-7		kopī	copy / photocopy	ふろく
kagi	key / chìa khóa	❷-9		kōra	coke / coca cola	❷-4
kaisha	company / công ty	❷-7		kore	this / cái này	❷-4
kamera	camera / máy ảnh	❷-9		kotoshi	this year / năm nay	❷-5
karai (desu)	hot, spicy / cay	ふろく		kuchi	mouth / miệng	❷-11
karē	curry / cơm cari	❷-4		kugatsu	September / tháng chín	❷-5
kasa	umblella / ô	❷-9		kūkō	airport / sân bay	❶-3, ❷-7
kayōbi	Tuesday / thứ ba	❷-5		kumori (desu)	cloudy / (trời) nhiều mây, u ám	ふろく
kazoku	family / gia đình	❷-10		kuro	black / màu đen	ふろく
kēsatsu	police / cảnh sát	❷-7		kuroi	black / đen	ふろく
keshōhin	cosmetics / mỹ phẩm	ふろく		kuruma	car / xe ô tô	❷-7
kimono	kimono / kimono	❶-3		kusuri	medicine / thuốc	ふろく
kin'en	non-smoking / không hút thuốc	ふろく		kutsu	shoes / giày	❶-3, ❷-6
kinō	yesterday / hôm qua	❷-3		kutsushita	socks / tất	❶-3, ふろく
kin'yōbi	Friday / thứ sáu	❷-5		kyō	today / hôm nay	❷-3
kippu	ticket / vé	❶-3, ❷-7		kyōdai	brother/ sibling / anh em	❷-10

kyonen	last year năm ngoái	❷-5	nansai	How old mấy quyển	❷-2
kyōshitsu	classroom phòng học	ふろく	nansatsu	How many (books) mấy quyển	❷-2
Kyōto	Kyoto Kyoto	❶-3	natsu	summer mùa hè	ふろく
kyū / ku	nine chín	❷-2	ni	two hai	❷-2
me	eye mắt	❷-11	nichiyōbi	Sunday chủ nhật	❷-5
megane	glasses kính	❷-9	nigatsu	February tháng hai	❷-5
menyū	menue menu, thực đơn	❷-4	nihon	Japan Nhật Bản	❶-3
mēru	e-mail email	❷-8	nihongo	Japanese (language) tiếng Nhật	❶-3
michi	road đường phố	❷-7	nihon-jin	Japanese (person) người Nhật	❷-10
migi	right bên phải	ふろく	nikai	twice hai lần	❷-2
mijikai	short ngắn	❷-6	nimotsu	laggage hành lí	❷-9
mikka	third (day) mùng 3	❷-5	~ no ~	~ of ~ ~ của ~	❷-5
mimi	ear tai	❷-11	nomimono	bevarage đồ uống	❷-4
mise	shop quán, cửa hàng	❷-7	obasan	aunt cô dì	❷-10
mittsu	three (things) ba cái	❷-2, 4	obāsan	grand mother bà	❷-10
mizu	water nước	❷-4	o-cha	tea trà	❷-4
mokuyōbi	Thursday thứ năm	❷-5	o-hashi	chopsticks đũa	❷-4
muika	sixth (day) mùng 6	❷-5	ojisan	uncle chú bác	❷-10
musuko	son con trai	❷-10	ojīsan	grand father ông	❷-10
musume	daughter con gái	❷-10	o-kane	money tiền	❷-6
muttsu	six (things) sáu cái	❷-2, 4	o-kashi	snack/sweet bánh kẹo	❷-4, 6
nagai	long dài	❷-6	ōkī	big to	❷-6
naifu	knife dao	❷-4	o-matsuri	festival lễ hội	❷-5
namae	name tên	❷-10	omawarisan	police officer cảnh sát	❷-10
nanatsu	seven (things) bảy cái	❷-2, 4	o-miyage	gift/souvenir quà	❷-6
nanban	what number số thứ mấy	❷-2	onaka	stomach bụng	❷-11
nankai	how many times mấy lần	❷-2	onigiri	rice ball cơm nắm	❷-4
nan'nichi	What date mấy ngày	❷-5	onna	woman con gái	❷-10
nan'nin	how many people mấy người	❷-2	onna-no-ko	girl bé gái	❷-10
nanoka	seventh (day) mùng 7	❷-5	o-sake	alcoholic drink rượu	❷-4

o-sara	dish / đĩa	❷-4		san	three / ba	❷-2
osoi (desu)	late / muộn	ふろく		～san	Mr./Ms. / anh/chị ～	❷-10
otoko	man / anh em họ	❷-10		sandoicchi	sandwich / bánh mì kẹp (san uých)	❷-4
otoko-no-ko	boy / bé trai	❷-10		sangatsu	March / tháng ba	❷-5
otōto	little brother / em trai	❷-10		sarada	salad / sa lát	❷-4
otsuri	change / tiền trả lại	❷-6		satō	sugar / đường	ふろく
otto	husband / chồng	❷-10		sen	one thousand / nghìn	❷-2
o-yu	hot water / nước nóng	❷-4		sengetsu	last month / tháng trước	❷-5
pan	bread / bánh mì	❷-4		sensē	teacher / thầy cô giáo	❷-10
pasokon	personal computer / máy tính	❷-8		senshū	last week / tuần trước	❷-5
pasupōto	passport / hộ chiếu	ふろく		shanpū	shampoo / gội đầu	ふろく
pen	pen / bút	❷-9		shatsu	shirt / áo sơ mi	❷-6
raigetsu	next month / tháng sau	❷-5		shawā	shower / tắm vòi hoa sen	ふろく
rainen	next year / năm sau	❷-5		shi / yon	four / bốn	❷-2
raishū	next week / tuần sau	❷-5		shinbun	newspaper / báo	❶-3
raisu	rice / gạo	ふろく		shichi / nana	seven / bảy	❷-2
rāmen	ramen / mỳ ramen	❷-4		shichigatsu	July / tháng bảy	❷-5
ranchi	lunch / bữa trưa	ふろく		shigatsu	April / tháng tư	❷-5
reji	cashier / quầy tính tiền	❷-6		Shinkansen	bullet train / tàu siêu tốc shinkansen	❷-7
reshīto	receipt / hóa đơn	❷-6		shio	salt / muối	ふろく
resutoran	restaurant / nhà hàng	❷-7		shiro	white / màu trắng	ふろく
rēzōko	fridge / tủ lạnh	❷-8		shiroi (desu)	white / trắng	ふろく
ringo	apple / quả táo	❶-3		shizuka(desu)	quiet / trật tự	ふろく
roku	six / sáu	❷-2		shōyu	soy sauce / xì dầu, nước tương	ふろく
rokugatsu	June / tháng sáu	❷-5		shuppatsu	departure / xuất phát	ふろく
ryokō	trip / du lịch	ふろく		sōji	cleaning / lau dọn, dọn dẹp	ふろく
ryōri	dish / món ăn	❷-4		soko	there / đó	❷-8
saifu	wallet / ví	❷-9		sore	that / cái kia	❷-4
sakura	cherry blossom / hoa anh đào	ふろく		suiyōbi	Wednesday / thứ tư	❷-5

suki (desu)	like thích	ふろく		toriniku	chicken thịt gà	❷-4
sukoshi (desu)	a little một chút	ふろく		toshokan	library thư viện	❷-7
sumaho	smart phone điện thoại thông minh	❷-9		tsuitachi	first (day) mùng 1	❷-5
sūpā	supermarket siêu thị	❷-7		tsukue	desk bàn học	❷-8
supagetthi	spaghetti mì ý	ふろく		tsuma	wife vợ	❷-10
supōtsu	sport thể thao	ふろく		wain	wine rượu vang	❷-4
sūpu	soup súp	❷-4		watashi	I tôi	❷-10
sushi	sushi sushi	❷-4		watashi no ～	my ～ ～ của tôi	❷-9
tabako	cigarette thuốc lá	ふろく		yasui	cheap rẻ	❷-6
tabemono	food đồ ăn	❷-4		yasumi	day off nghỉ	ふろく
taisetsu (desu)	important quan trọng	ふろく		yattsu	eight (things) tám cái	❷-2, 4
takai	expensive đắt	❷-6		yōka	eighth (day) mùng 8	❷-5
takusan (desu)	much, many nhiều	ふろく		yokka	fourth (day) mùng 4	❷-5
takusī	taxi taxi	❷-7		yoru / ban	night buổi tối	❷-3
tamago	egg trứng	ふろく		yottsu	four (things) 4 cái	❷-2, 4
tanjōbi	birthday ngày sinh nhật	❷-5		yūbinkyoku	post office bưu điện	❷-7
tanoshī (desu)	fun vui	ふろく		yūmē (desu)	famous nổi tiếng	ふろく
te	hand tay	❷-11		zero / rē	zero số 0	❷-2
tēburu	table bàn ăn	❷-8		zubon	pants quần	ふろく
tenisu	tennis ten-nít	ふろく				
terebi	television tivi	❶-3, ❷-8				
tesuto	test bài kiểm tra	ふろく				
tō	ten (things) mười	❷-2, 4				
tōfu	tofu đậu phụ	❶-3				
toire	toilet nhà vệ sinh	❷-8				
tōka	tenth (day) mùng 10	❷-5				
tokē	watch, clock đồng hồ	❷-9				
tōkyō	Tokyo Tokyo	❶-3, ❷-7				
tomodachi	friend bạn bè	❷-10				

Phrase index 〈Roman version〉
Chỉ mục từ 〈Phiên bản La Mã〉

（フレーズさくいん）

		UNIT NO. ※❶/❷=Part 1/2
Arigatō gozaimasu.	Thank you. Cám ơn.	❷-1
Atarashī desu.	It's new. (Cái gì đó) mới.	❷-6
Betonamu kara kimashita.	I am from Vietnam. Tôi đến từ Việt Nam.	ふろく
Chekku-auto o onegai-shimasu.	Could you check-out, please? Cho tôi làm thủ tục trả phòng.	ふろく
Chekku-in o onegai-shimasu.	Could you check-in, please? Cho tôi làm thủ tục nhận phòng.	ふろく
Chīsai desu.	It's small. Nhỏ quá!	❷-6
Chotto matte kudasai.	Could you wait a moment? Đợi tôi một chút.	ふろく
Daijōbu desu.	Alright. Không sao, được.	❷-1
Dame desu.	No./ Not good. Không được.	❷-1
Dare desu ka?	Who is? Ai đấy ạ?	ふろく
Dekimasen.	I can't. Không thể.	ふろく
～ de ikimasu.	I go by ～ . Đi bằng ～.	❷-7
Dekimasu.	I can. Có thể.	ふろく
～ desu.	It is ～ . là ～.	❷-6
Docchi desu ka?	Which one? (between two things) Cái nào? (lựa chọn giữa hai vật)	ふろく
Dōitashimashite.	You're welcome. Không có gì.	❷-1
Doko desu ka?	Where? Ở đâu ạ?	❷-8
Dore desu ka?	Which one? (among more than three things) Cái nào? (lựa chọn từ 3 vật trở lên)	ふろく
Dōzo.	Here you are. Xin mời.	❷-1
Dōzo yoroshiku onegai-shimasu.	Nice to meet you. Rất vui được gặp.	ふろく
Furui desu.	It's old. (Cái gì đó) cũ.	❷-6
～ ga itai desu.	I hurt ～ . Đau ～.	❷-11
～ ga arimasen.	There isn't (aren't) ～ . Không có ～.	❷-9
Genki desuka.	How are you? Bạn khỏe không?	❷-1
Gochisōsama.	Cách nói sau khi ăn cơm xong.	ふろく
Gogo ～ ji desu.	It's ～ p.m. ～ giờ chiều.	❷-3
Gomennasai.	I'm sorry. Xin lỗi.	❷-1
Gozen ～ ji desu.	It's ～ a.m. ～ giờ sáng.	❷-3

101

Hai.	Yes. Vâng.	❷-1
Hai, genki desu.	Yes, I'm fine. Vâng, tôi khỏe.	❷-1
Hai, Sōdesu.	Yes, I do/ Yes, I am. Vâng, đúng vậy.	ふろく
Hajimemashite. Tanaka desu.	Nice to meet you. I am Tanaka. Xin chào, tôi là Tanaka.	ふろく
Īe.	No. Không.	❷-1
Īe, chigaimasu.	No, I don't/ No, I'm not. Không, không phải.	ふろく
Ikura desu ka?	How much? Bao nhiêu tiền?	❷-6
Ikutsu desu ka?	How old are you? Bao nhiêu tuổi?	ふろく
Itadakimasu.	Cách nói khi mời ăn cơm.	ふろく
Itai desu.	I have a pain. Tôi bị đau.	❷-11
Itsu desu ka?	When? Bao giờ?	❷-5
Iya desu.	No way. Tôi không thích.	❷-1
Jā, mata.	See you later. Hẹn gặp lại!	ふろく
~ ji ~ pun desu.	It's ~ (hour) ~ (minute) . ~ giờ ~ phút.	❷-3
Kaite kudasai.	Could you write it down? Hãy viết đi!	ふろく
Kimochi warui desu.	I feel sick. Khó chịu.	❷-11
Konbanwa.	Good evening. Chào buổi tối.	❷-1
Kon'nichiwa.	Hello. Xin chào.	❷-1
Kore wa ~ desu.	This is ~. Đây là ~.	❷-4
Kore wa nan desu ka?	What is this? Đây là cái gì?	❷-4
~ masen.	I do not ~ / I am not ~ . Không ~.	❷-7
Mijikai desu.	It's short. Ngắn quá!	❷-6
Mōichido onegai-shimasu.	Could you repeat it once again? Xin hãy nói lại một lần nữa.	ふろく
Nagai desu.	It's long. Dài quá!	❷-6
Nan desu ka?	What? Cái gì vậy?	❷-4
Nanji desuka?	What time? Mấy giờ rồi?	❷-3
Netsu ga arimasu.	I have a fever. Bị sốt.	❷-11
~ ni ikimasu.	I go to ~ . Tôi đi đến ~	❷-7
~ ni norimasu.	I get on ~ /I ride ~ . Tôi lên ~ (phương tiện giao thông).	❷-7
~ no ~	~ of ~ ~ của ~	❷-5
Ohayō gozaimasu.	Good morning. Chào buổi sáng.	❷-1
~ o kaimasu.	I buy ~ . Mua ~.	❷-6

～ o kudasai.	I'll take ～. Bán cho tôi ～ (mua hàng).	❷-6
～ o kudasai.	I'd like ～. Cho tôi ～ (gọi món, đặt hàng).	❷-4
～ o nomimasu.	I drink ～. Uống ～.	❷-4
～ o onegai-shimasu.	Please ～. Cho tôi/ Nhờ ～.	❷-4
～ o tabemasu.	I eat ～. Ăn ～.	❷-4
Otoshi wa?	How old are you? Anh/Chị bao nhiêu tuổi.	❷-10
(O)toshi wa (o)ikutsu desu ka?	How old are you? Anh/Chị bao nhiêu tuổi.	❷-10
Odaijini.	Take care. Giữ gìn sức khỏe.	ふろく
Ōkī desu.	It's big. To quá!	❷-6
Omedetō gozaimasu.	Congratulations! Chúc mừng.	ふろく
O-namae wa?	What is your name? Tên của anh là?	❷-10
Oyasumi nasai.	Good night. Chúc ngủ ngon.	❷-1
～ sai desu.	I am ～ years old. Tôi ～ tuổi.	❷-10
Sayōnara.	Good bye. Tạm biệt.	❷-1
Shitsurē-shimasu.	Excuse me. Xin lỗi.	ふろく
Sumimasen.	Excuse me. Xin lỗi.	❷-1
Supōtsu ga sukidesu.	I like sports. Tôi thích thể thao.	ふろく
Takai desu.	It's expensive. Đắt quá!	❷-6
Tamanegi ga kiraidesu.	I dislike onions. Tôi ghét hành tây.	ふろく
～ wa doko desu ka?	Where is ～? ～ ở đâu ạ?	❷-8
～ wa ikura desu ka?	How much is ～? ～ bao nhiêu tiền?	❷-6
～ wa itsu desu ka?	When is ～? ～ là bao giờ?	❷-5
Wakarimasen deshita.	I don't understand. Tôi không biết.	❷-1
Wakarimashita.	I understand. Tôi hiểu rồi.	❷-1
watashi no ～	my ～ ～ của tôi	❷-9
Watashi wa ～ desu.	I am ～. Tôi là ～.	❷-10
Yasui desu.	It's cheap. Rẻ quá!	❷-6
Yoyaku o onegai-shimasu.	I'd like to make a reservation. Cho tôi đặt hẹn.	ふろく
Yukkuri onegai-shimasu.	Could you speak more slowly? Xin hãy nói từ từ.	ふろく

Appendix / Phụ lục (ふろく)

Daily Japanese Words
Từ tiếng Nhật hàng ngày

（毎日の日本語単語）

blue màu xanh	あお ao			
blue xanh	あおい（です） aoi (desu)	good tốt	いい（です） ī (desu)	
red màu đỏ	あか aka	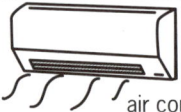air conditioner máy điều hòa	エアコン eakon	
red đỏ	あかい（です） akai (desu)	movie, film phim điện ảnh	えいが ēga	
autumn mùa thu	あき aki	English tiếng Anh	えいご ēgo	
warm, hot ấm áp, nóng	あたたかい（です） atatakai (desu)	late muộn	おそい（です） osoi (desu)	
dangerous nguy hiểm	あぶない（です） abunai (desu)	hot, spicy cay	からい（です） karai (desu)	
sweet ngọt	あまい（です） amai (desu)	dirty bẩn thỉu	きたない（です） kitanai (desu)	
rainy mưa	あめ（です） ame (desu)	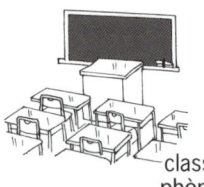classroom phòng học	きょうしつ kyōshitsu	

Daily Japanese Words / Từ tiếng Nhật hàng ngày

きらい(です)
kirai (desu)
dislike
ghét

けしょうひん
keshōhin
cosmetics
mỹ phẩm

きれい(です)
kirē (desu)
clean, beautiful
đẹp, sạch

ごはん
gohan
rice
cơm

copy
photocopy
コピー
kopī

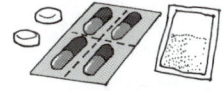
きんえん
kin'en
n-smoking
không hút thuốc

さくら
sakura
cherry blossom
hoa anh đào

くすり
kusuri
medicine
thuốc

さとう
satō
sugar
đường

くつした
kutsushita
sock(s)
tất

しお
shio
salt
muối

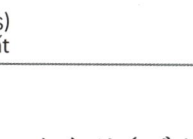
くもり(です)
kumori (desu)
cloudy
mây

じしょ
jisho
dictionary
từ điển

black
màu đen
くろ
kuro

black
đen
くろい(です)
kuroi

Appendix / Phụ lục

しずか（です）
shizuka (desu)
quiet
Yên tĩnh

しょうゆ
shōyu
soy sauce
xì dầu, nước tương

じてんしゃ
jitensha
bicycle
xe đạp

white màu trắng
しろ
shiro

white trắng
しろい（です）
shiroi (desu)

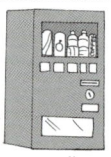
じどうはんばいき
jidōhanbaiki
vending machine
máy bán hàng tự động

すき（です）
suki (desu)
like
thích

シャワー
shawā
shower
tắm vòi hoa sen

すこし（です）
sukoshi (desu)
a little
một chút

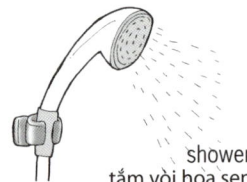
シャンプー
shanpū
shampoo
gội đầu

スパゲティ
supagetthi
spaghetti
mì Ý

じゅぎょう
jugyō
class
giờ học

スポーツ
supōtsu
sport
thể thao

しゅっぱつ
shuppatsu
departure
xuất phát

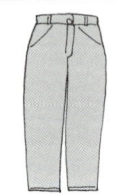
ズボン
zubon
pants
quần

Daily Japanese Words / Từ tiếng Nhật hàng ngày

そうじ
sōji
cleaning
lau dọn, dọn dẹp

チケット
chiketto
ticket
vé

たいせつ（です）
taisetsu (desu)
important
quan trọng

テスト
tesuto
test
bài kiểm tra

たくさん（です）
takusan (desu)
much, many
nhiều

テニス
tenisu
tennis
ten-nít

たのしい（です）
tanoshī (desu)
fun
vui

でんわばんごう
denwabangō
phone number
số điện thoại

たばこ
tabako
cigarette
thuốc lá

なつ
natsu
summer
mùa hè

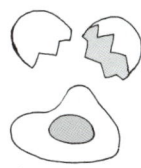
たまご
tamago
egg
trứng

パスポート
pasupōto
passport
hộ chiếu

チーズ
chīzu
cheese
phô mai

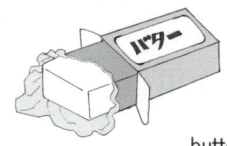
バター
batā
butter
bơ

ちかい（です）
chikai (desu)
near
gần

はな
hana
flower
hoa

107

Daily Japanese Words / Từ tiếng Nhật hàng ngày

はやい(です)
hayai (desu)
early, fast
sớm

はる
haru
spring
mùa xuân

はれ(です)
hare (desu)
sunny
trời nắng

left
bên trái
ひだり
hidari

びょうき
byōki
sick
bệnh tật

ふゆ
fuyu
winter
mùa đông

べんり(です)
benri (desu)
convenient
tiện lợi

ほんや
hon'ya
book store
hiệu sách

right
bên phải
みぎ
migi

やすみ
yasumi
day off
nghỉ

ゆうめい(です)
yūmē (desu)
famous
nổi tiếng

ライス
raisu
rice
gạo

lunch
bữa trưa
ランチ
ranchi

りょこう
ryokō
trip
du lịch

れいぞうこ
rēzōko
refrigerator
tủ lạnh

Appendix / Phụ lục (ふろく)

Daily Japanese Phrases
Từ tiếng Nhật hàng ngày

（毎日の日本語フレーズ）

はじめまして。たなかです。
Hajimemashite. Tanaka desu.

Nice to meet you. I am Tanaka.
Xin chào, tôi là Tanaka

どうぞ よろしく おねがいします。
Dōzo yoroshiku onegai-shimasu.

Nice to meet you.
Rất vui được gặp

ベトナムから きました。
Betonamu kara kimashita.

I am from Vietnam.
tôi đến từ Việt Nam

スポーツが すきです。
Supōtsu ga sukidesu.

I like sports.
tôi thích thể thao

たまねぎが きらいです。
Tamanegi ga kiraidesu.

I dislike onions.
tôi ghét hành tây

Appendix / Phụ lục

しつれいします。
Shitsurē-shimasu.

Excuse me.
xin lỗi

いただきます。
Itadakimasu.

(Let's eat.)
(cách nói khi mời ăn cơm)

ごちそうさま。
Gochisōsama.

(Thank you for the meal./
That was delicious!)
(cách nói sau khi ăn cơm xong)

おめでとうございます。
Omedetō gozaimasu.

Congratulations!
chúc mừng

おだいじに。
Odaijini.

Take care.
giữ gìn sức khỏe

Daily Japanese Phrases / Từ tiếng Nhật hàng ngày

じゃあ、また。
Jā, mata.

See you later.
hẹn gặp lại!

ちょっと まって ください。
Chotto matte kudasai.

Could you wait a moment?
đợi tôi một chút

もういちど おねがいします。
Mōichido onegai-shimasu.

Could you repeat it once ?
xin hãy nói lại một lần nữa

ゆっくり おねがいします。
Yukkuri onegai-shimasu.

Could you speak more slowly?
xin hãy nói từ từ

かいて ください。
Kaite kudasai.

Could you write it down?
hãy viết đi!

よやくを おねがいします。
Yoyaku o onegai-shimasu.

I'd like to make a reservation.
cho tôi đặt hẹn

111

Appendix / Phụ lục

チェックインを おねがいします。
Chekkuin o onegai-shimasu.

Could I check-in, please?
Cho tôi làm thủ tục nhận phòng

チェックアウトを おねがいします。
Chekkuauto o onegai-shimasu.

Could I check-out, please?
Cho tôi làm thủ tục trả phòng

だれですか。
Dare desu ka?

Who is it?
ai đấy ạ?

どれですか。
Dore desu ka?

Which one? (among more than three things)
Cái nào? (lựa chọn từ 3 vật trở lên)

どっちですか。
Docchi desu ka?

Which one? (between two things)
Cái nào? (lựa chọn giữa hai vật)

Daily Japanese Phrases / Từ tiếng Nhật hàng ngày

いくつですか。
Ikutsu desu ka?

How old are you?
bao nhiêu tuổi?

はい、そうです。
Hai, sōdesu.

Yes, I do. / Yes, I am. / Yes, that is correct.
vâng, đúng vậy

いいえ、ちがいます。
Īe, chigaimasu.

No, I don't. / No, I'm not. / No, that is not correct.
không, không phải

できます。
Dekimasu.

I can.
có thể

できません。
Dekimasen.

I can't.
không thể

● **協力**

学凛社（がくりんしゃ）
小中高生対象の学習塾・学童保育・通信制サポート高校・日本語教育など、
幼児から社会人までの幅広い年齢層を対象とする、日本でも数少ない総合教育グループです。

本文レイアウト・DTP　オッコの木スタジオ
　　カバーデザイン　斉藤啓
　　　本文イラスト　杉本智恵美／太田DOKO
　　　　　　　翻訳　Alex Ko Ransom ／ Nguyen Van Anh ／ Duong Thi Hoa

本書へのご意見・ご感想は下記 URL までお寄せください。
https://www.jresearch.co.jp/contact/

ゼロからスタート　日本語

令和元年（2019 年）　6 月 10 日　初版 第 1 刷発行
令和元年（2019 年）11 月 10 日　　　　　第 2 刷発行

著　者　　Ｊリサーチ出版
発行人　　福田富与
発行所　　有限会社Ｊリサーチ出版
　　　　　〒166-0002　東京都杉並区高円寺北 2-29-14-705
電　話　　03(6808)8801（代）　FAX 03(5364)5310
編集部　　03(6808)8806
　　　　　https://www.jresearch.co.jp
　　　　　twitter 公式アカウント　＠ Jresearch_
　　　　　https://twitter.com/Jresearch_

印刷所　　中央精版印刷株式会社

ISBN 978-4-86392-439-0
禁無断転載。なお、乱丁、落丁はお取り替えいたします。

©2019 J-Research Press All rights reserved. Printed in Japan

Give E-Learning a Try!
Thử học bằng e-learning
（Ｅラーニングでトライ！）

You can practice and learn more about each unit on E-Learning.
Don't be afraid to give it a try.

Bạn có thể luyện tập và học mở rộng các bài qua e-learning.
Hãy thử xem sao nhé

Ｅラーニングで各ユニットの練習や発展学習ができます。
気軽にトライしてみましょう。

▶ **Vocabulary list and QR code**
Danh sách từ và mã QR
（語彙リストと QR コード）

▶ **Japanese from the Ground Up E-Learning How to Use**
Hướng dẫn sử dụng E-learning cuốn
"Tiếng Nhật bắt đầu từ số 0"
（Ｅラーニングの利用案内）

▶ **Find Your Active Code Here**
Mã kích hoạt ở đây
（アクティブ・コードはコチラから）

Japanese from the Ground Up E-Learning How to Use

STEP 1 Download the app

❶ **Access via the App Store or Google Play** ← This can also be accessed via the following QR code

❷ **Search for the Start Japanese free app**

❸ 入手 Acquire → インストール install → 開く the open

Access the top Start Japanese page

STEP 2 Register an Account

❶ **Click the ログイン link at the top right of the top page to log in**

❷ **Click the ご利用登録 (registration) link at the top right of the login screen**

❸ **Register an account on the 登録画面 page to finish.**
(Name, country, email, password)

Log in
↳ **the top Start Japanese page**

STEP 3 Enter your activation code

❶ **Click プロフィール編集 from the menu 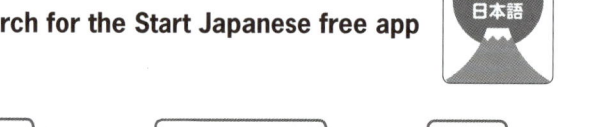 at the top right of the top page.**

❷ **Enter your activation code.** (☞ found on the last page of the book)
Click Activate

↳ **Start using your account**

★ E-learning can be used in two ways

1. **Go to the page that corresponds to what you are learning in the book to further your studies.**

   → Use a QR code to directly access a page (p.122-131)

2. **Log in and study as you wish freely.**

■ Use Period

You will begin using the service once step 4 is complete, and you will have access to the service for 3 months. Your start and end dates will be displayed on your edit profile page.

【Example】 Start on June 1 ⇒ Use until August 31
Start on July 7 ⇒ Use until October 6

★ **Even after this special period is over, you can continue using the service (at an additional cost).**

Please contact the following for use periods, cost, application methods, and more details.

Applications / Questions
Mail: info@nobikko.com or TEL: 042-843-0671 （Monday-Friday, 10:00 ～ 18:00）
Gakurinsha Kokusai-bu

■ Inquiries and Support:

▶ **For questions regarding the use of E-learning such as about registration, downloads, login, instructions, and more:**

Mail: info@nobikko.com or TEL: 042-843-0671 （Mon ～ Fri10:00 ～ 18:00）
Gakurinsha Kokusai-bu

▶ **For questions regarding this book:**

http://www.jresearch.co.kp/contact/

▶ **The dedicated website**

This book's dedicated website also includes E-learning related information.

https://www.jresearch.co.jp/book/b449068.html

Hướng dẫn sử dụng E-learning cuốn "Tiếng Nhật bắt đầu từ số 0"

STEP 1 — Tải ứng dụng về máy

❶ **Vào Appstore hoặc Googleplay** ← Cũng có thể vào bằng mã QR dưới đây

⬇

❷ Tìm ứng dụng miễn phí 「**Start Japanese**」

⬇

❸ 入手 Tải về → インストール cài đặt → 開く mở

⬇

Trang chủ của 「**Start Japanese**」

STEP 2 — Đăng kí tài khoản

❶ Click vào chữ ログイン phía trên bên phải

⬇

❷ Click vào phần ご利用登録 nằm phía trên bên phải của "màn hình đăng nhập"

⬇

❸ Đăng kí tài khoản tại "màn hình đăng kí"
→ Hoàn tất
(Tên, quốc gia, địa chỉ email, mật khẩu)

⬇

Đăng nhập

➡ Trang chủ của 「**Start Japanese**」

STEP 3 — Nhập mã kích hoạt

❶ Click vào プロフィール編集 trong menu 👤 nằm phía trên bên phải của trang chủ

⬇

❷ Nhập mã kích hoạt (☞ có ở trang cuối cùng của sách)
Click **Activate**

➡ **Bắt đầu sử dụng**

★ Có 2 cách sử dụng E-learning

1. Luyện tập và học mở rộng bằng việc tới trang tương ứng với nội dung của sách

    → Vào trực tiếp bằng mã QR

2. Đăng nhập và tự do học phần mình thích

■ Thời hạn sử dụng

Bắt đầu sử dụng từ mục 4 ở trên thì có thời hạn sử dụng 3 tháng. Ngày bắt đầu và ngày kết thúc được hiển thị tại trang chỉnh sửa hồ sơ

【Ví dụ】 Bắt đầu dùng vào ngày 1/6 ⇒ Được dùng đến 31/8
Bắt đầu dùng vào ngày 7/7 ⇒ Được dùng đến 6/10

★ Hết thời gian miễn phí vẫn có thể tiếp tục sử dụng (mất phí)

Vui lòng liên hệ theo địa chỉ liên lạc phía dưới để biết thêm chi tiết về thời hạn, phí sử dụng và cách thức đăng kí.

Địa chỉ liên lạc, đăng kí

Mai: info@nobikko.com   hoặc Tel: 042-843-0671   (từ 10:00 ~ 18:00 các ngày từ thứ 2 ~ thứ 6)
Gakurinsha Kokusai-bu

■ Hỏi đáp và hỗ trợ

▶ Về cách đăng kí, tải, đăng nhập và sử dụng E-learning

Mai: info@nobikko.com   hoặc Tel: 042-843-0671   (từ 10:00 ~ 18:00 các ngày từ thứ 2 ~ thứ 6)
Gakurinsha Kokusai-bu

▶ Về nội dung sách

http://www.jresearch.co.kp/contact/

▶ Tại trang web riêng còn đăng tải thông tin liên quan tới e-learning.

https://www.jresearch.co.jp/book/b449068.html

「ゼロからスタート 日本語」 Eラーニング 利用案内

STEP 1　アプリをダウンロードする

❶ アップストアまたはグーグルプレイにアクセス ←下記の QR コードからもアクセスできます。

❷ 無料アプリ「Start Japanese」を検索

❸ 入手 → インストール → 開く

「Start Japanese」のトップページ

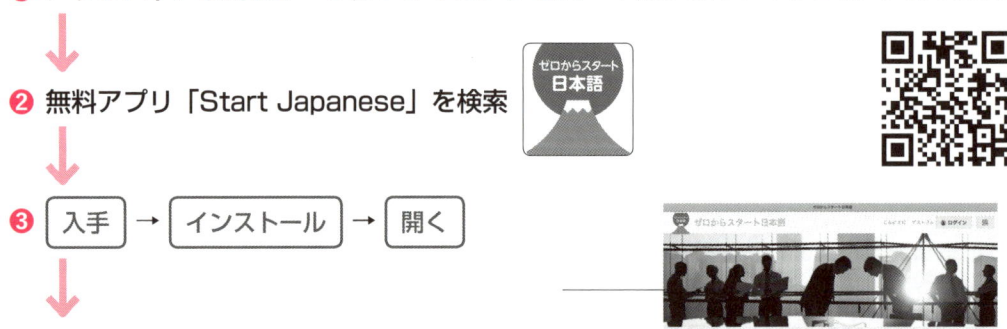

STEP 2　アカウントを登録する

❶ トップページ右上の ログイン をクリック

❷ 「ログイン画面」右上の ご利用登録 をクリック

❸ 「登録画面」でアカウント登録→完了
（名前、国、メールアドレス、パスワードを入力）

ログイン
→「Start Japanese」のトップページ

STEP 3　アクティブコードを入力する

❶ トップページ右上の のメニューから「プロフィール編集」をクリック

❷ アクティブコードを入力（☞本の最後のページ） Activate をクリック
→ 利用開始

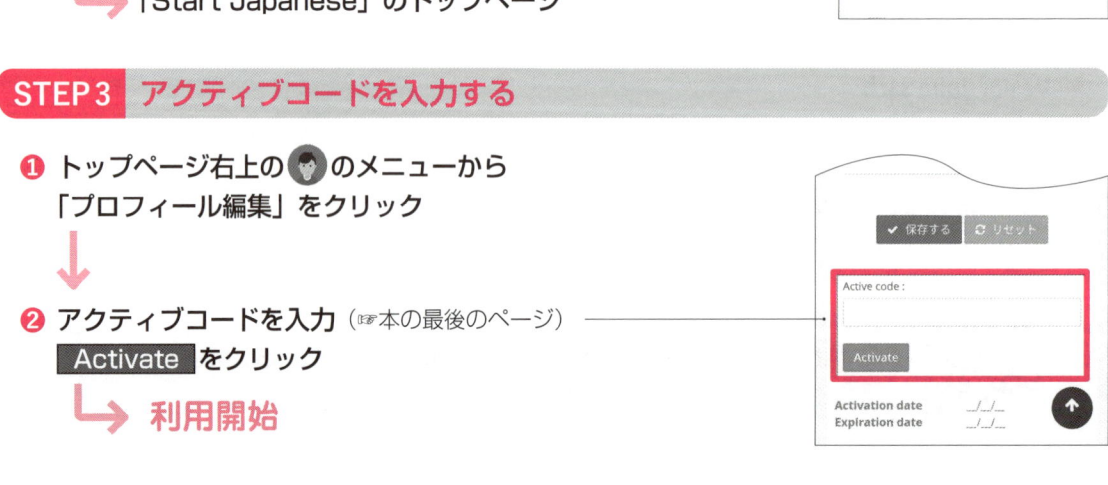

★ Eラーニングの使い方は2通り

1. 本の学習内容に対応したページに飛んで練習、発展学習。
   → QRコードでページに直接アクセス（p.122〜p.131）

2. ログインして、好きなところを自由に学習。

■利用期間

上の④から利用が始まり、利用期間は3カ月です。開始日と終了日はプロフィール編集のページに表示されます。

【例】 6月1日開始の場合⇒8月31日まで　　7月7日開始の場合⇒10月6日まで

★ 特典期間終了後も、継続利用ができます（有料）。

期間、利用料、申込方法など、詳しくは下記までお問い合わせください。

申し込み・問い合わせ先

Mail:info@nobikko.com または TEL: 042-843-0671（月〜金 10:00〜18:00）

学凛社（がくりんしゃ）　国際部

■問い合わせ・サポート

▶ Eラーニング利用のための登録・ダウンロード・ログイン・操作方法などについて

Mail:info@nobikko.com または TEL: 042-843-0671（月〜金 10:00〜18:00）

学凛社（がくりんしゃ）　国際部

▶ 本書の内容について

https://www.jresearch.co.jp/contact/

▶ 専用サイト

この本の専用サイトでも、Eラーニングの関連情報を載せています。

https://www.jresearch.co.jp/book/b449068.html

Vocabulary list and QR code
Danh sách từ và mã QR

（語彙リストとQRコード）

▸ Scan the QR code on your smartphone or tablet to be taken to the E-Learning website.
Quét mã QR bằng điện thoại smart phone hay máy tính bảng sẽ tới được các trang liên quan tới e-learning
（スマホやタブレットでQRコードをスキャンすると、Eラーニングの関連ページに飛びます。）

▸ Take a look at these new words before you study using E-Learning.
Trước khi học qua e-learning, bạn nên kiểm tra trước từ mới.
（Eラーニングの学習をする前に、新しいことばをチェックしましょう。）

PART 1

Unit 1

e-L　ひらがな① あ〜お、か〜こ
Hiragana ① a 〜 o, ka 〜 ko

VOCABULARY ①
- [ ] あお　ao ： blue ／ xanh
- [ ] あか　aka ； red ／ đỏ
- [ ] えき　eki ： station ／ nhà ga
- [ ] かお　kao ： face ／ khuôn mặt
- [ ] くうこう　kūkō ： airport ／ sân bay

e-L　ひらがな② さ〜そ、た〜と
Hiragana ② sa 〜 so, ta 〜 to

VOCABULARY ②
- [ ] あさ　asa ： morning ／ buổi sáng
- [ ] あし　ashi ： foot ／ chân
- [ ] いち　ichi ： one ／ một
- [ ] すし　sushi ： sushi ／ sushi
- [ ] せいと　sēto ： student ／ học sinh
- [ ] つくえ　tsukue ： desk ／ bàn học
- [ ] とけい　tokē ： clock ／ đồng hồ

e-L　ひらがな③ な〜の、は〜ほ
Hiragana ③ na 〜 no, ha 〜 ho

VOCABULARY ③
- [ ] おかね　okane ： money ／ tiền
- [ ] いぬ　inu ： dog ／ chó
- [ ] にく　niku ： meat ／ thịt
- [ ] はな　hana ： flower ／ hoa
- [ ] ふく　fuku ： clothes ／ quần áo
- [ ] ほし　hoshi ： star ／ ngôi sao
- [ ] ひこうき　hikūki ： airplane ／ máy bay

e-L　ひらがな④ ま〜も、や、ゆ、よ
Hiragana ④ ma 〜 mo, ya, yu, yo

VOCABULARY ④
- [ ] うま　uma ： horse ／ ngựa
- [ ] すもう　sumō ： sumo ／ môn sumo
- [ ] ふゆ　fuyu ： winter ／ mùa đông
- [ ] みせ　mise ： store ／ cửa hàng
- [ ] やさい　yasai ： vegetables ／ rau xanh

e-L ひらがな⑤ ら～ろ、わ、を、ん
Hiragana ⑤ ra～ro, wa, o, n

VOCABULARY ⑤
- [ ] さら sara：plate／đĩa
- [ ] とり tori：bird／chim
- [ ] はる haru：spring／mùa xuân
- [ ] れいぞうこ rēzōko：refrigerator／tủ lạnh
- [ ] ろく roku：six／sáu

 e-L ひらがな⑧ ぎゃ、ぎゅ、ぎょ…
Hiragana ⑧ gya, gyu, gyo…

VOCABULARY ⑧
- [ ] ぎゅうにゅう gyūnyū：milk／sữa tươi
- [ ] じゅう jū：ten／mười
- [ ] にんぎょう ningyō：doll／búp bê
- [ ] びょういん byōin：hospital／bệnh viện

 e-L ひらがな⑥ び、ぴ…
Hiragana ⑥ bi, pi…

VOCABULARY ⑥
- [ ] かぜ kaze：wind／gió, cảm lạnh
- [ ] ごはん gohan：rice; meal／cơm
- [ ] てぶくろ tebukuro：glove／găng tay
- [ ] てんぷら tenpura：tempura／món tempura
- [ ] どうぞ dōzo：go ahead／xin mời

 e-L ひらがな⑨ っ（小さい"つ"）
Hiragana ⑨ tt (small "tsu")

VOCABULARY ⑨
- [ ] いっさい issai：one year old／một tuổi
- [ ] おっと otto：husband／chồng
- [ ] きって kitte：stamp／tem
- [ ] ざっし zasshi：magazine／tạp chí
- [ ] せっけん sekken：soap／xà phòng
- [ ] もっと motto：more／hơn nữa

 **e-L** ひらがな⑦ きゃ、きゅ、きょ…
Hiragana ⑦ kya, kyu, kyo…

VOCABULARY ⑦
- [ ] いしゃ isha：doctor／bác sĩ
- [ ] じしょ jisho：dictionary／từ điển
- [ ] しゅみ shumi：hobby／sở thích
- [ ] ちゅうごく chūgoku：China／Trung Quốc
- [ ] でんしゃ densha：train／tàu điện
- [ ] ひゃく hyaku：hundred／một trăm
- [ ] むりょう muryō：free／miễn phí

Unit 2

 e-L カタカナ① ア～オ、カ～コ
Katakana ① a～o, ka～ko

VOCABULARY ①
- [ ] アメリカ amerika：America／Mỹ
- [ ] イタリア itaria：Italy／Ý
- [ ] ウイスキー uisukī：whiskey／rượu whiskey
- [ ] エアコン eakon：air conditioning／điều hòa
- [ ] カメラ kamera：camera／máy ảnh
- [ ] カラオケ karaoke：karaoke／karaoke
- [ ] クラス kurasu：class／lớp
- [ ] ケーキ kēki：cake／bánh ngọt
- [ ] タオル taoru：towel／khăn bông

e-L カタカナ② サ～ソ、タ～ト
Katakana ② sa ~ so, ta ~ to

VOCABULARY ②
- □ サッカー sakkā : soccer / bóng đá
- □ スーツ sūtsu : suit / bộ vest
- □ スカート sukāto : skirt / váy
- □ セーター sētā : sweater / áo len
- □ ソース sōsu : sauce / nước sốt
- □ タイ tai : Thailand / Thái Lan
- □ チキン chikin : chicken / thịt gà
- □ テキスト tekisuto : textbook / giáo trình

 e-L カタカナ⑤ ラ～ロ、ワ、ヲ、ン
Katakana ⑤ ra ~ ro, wa, o, n

VOCABULARY ⑤
- □ カメラ kamera : camera / máy ảnh
- □ トイレ toire : toilet / nhà vệ sinh
- □ ホテル hoteru : hotel / khách sạn
- □ レストラン resutoran : restaurant / nhà hàng
- □ レモン remon : lemon / quả chanh
- □ ローマ rōma : Rome / Roma
- □ ワイン wain : wine / rượu vang

 e-L カタカナ③ ナ～ノ、ハ～ホ
Katakana ③ na ~ no, ha ~ ho

VOCABULARY ③
- □ コーヒー kōhī : coffee / cà phê
- □ スーツ sūtsu : suit / bộ vest
- □ テニス tenisu : tennis / tenis
- □ ナイフ naifu : knife / con dao
- □ ネクタイ nekutai : necktie / cà vạt
- □ ノート nōto : notebook / vở
- □ ハイキング haikingu : hiking / đi leo núi

 e-L カタカナ⑥ ビ、ピ…
Katakana ⑥ bi, pi…

VOCABULARY ⑥
- □ イギリス igirisu : England / Anh quốc
- □ インド indo : India / Ấn độ
- □ コンビニ konbini : convenience store / cửa hàng tiện lợi
- □ ズボン zubon : pants / quần dài
- □ ドア doa : door / cánh cửa
- □ パソコン pasokon : computer / máy tính
- □ パンダ panda : panda / Gấu trúc
- □ ピアノ piano : piano / piano
- □ ペン pen : pen / bút
- □ ラジオ rajio : radio / đài radio

 e-L カタカナ④ マ～モ、ヤ、ユ、ヨ
Katakana ④ ma ~ mo, ya, yu, yo

VOCABULARY ④
- □ ゲーム gēmu : game / game
- □ マウス mausu : mouse / chuột máy tính
- □ ミルク miruku : milk / sữa
- □ メール mēru : text message; e-mail / mail
- □ ヨーグルト yōguruto : yogurt / sữa chua

 e-L カタカナ⑦ キャ、キュ、キョ…
Katakana ⑦ kya, kyu, kyo…

VOCABULARY ⑦
- □ キャベツ kyabetsu : cabbage / bắp cải
- □ シャツ shatsu : shirt / áo
- □ シャンプー shanpū : shampoo / dầu gội đầu
- □ チョコレート chokorēto : chocolate / sô cô la
- □ ニュース nyūsu : news / tin tức, thời sự

e-L カタカナ⑧ ギャ、ギュ、ギョ…
Katakana ⑧ gya, gyu, gyo…

VOCABULARY ⑧
- ギョーザ gyōza：gyoza; dumplings／món sủi cảo
- コンピューター konpyūtā：computer／máy tính
- ジャム jamu：jam／mứt hoa quả
- ジュース jūsu：juice／nước hoa quả
- ジョギング jogingu：jogging／đi bộ

 **e-L カタカナ⑨ ッ（小さい"ツ"）**
Katakana ⑨ tt (small "tsu")

VOCABULARY ⑨
- カップ kappu：cup／cốc
- サッカー sakkā：soccer／bóng đá
- チケット chiketto：ticket／vé
- ベッド beddo：bed／giường
- ポケット poketto：pocket／túi

PART 2

Unit 1

 e-L Most basic expressions ①
Hello & Goodbye

VOCABULARY
- おげんきですか O-genki desu ka?：Are you doing well?／Anh/Chị có khỏe không?
  ※「お」indicates a polite way of speaking／お thể hiện cách nói lịch sự
- げんきじゃ ありません genki ja arimasen：I am not doing well／Không khỏe

 e-L Most basic expressions ②
Daily phrases

VOCABULARY
- わかりますか。 Wakarimasu ka?：Do you understand?／có hiểu không?
- これは なんですか。 Kore wa nan desu ka?：What is this?／đây là cái gì?

Unit 2

 e-L Number ① 1～10

 e-L Number ② 11～20

 e-L Number ③ 21～100

 e-L Number ④ How to count

VOCABULARY
- イチゴ ichigo：strawberry／dâu tây
- かき kaki：persimmon／quả hồng
- スイカ suika：watermelon／quả dưa hấu
- トマト tomato：tomato／quả cà chua

Unit 3

e-L Weather, Season ④
What time is it?

Unit 4

e-L Food, Drink ①
Food

VOCABULARY
- ☐ アイスクリーム aisukurīmu：ice cream／kem
- ☐ くだもの kudamono：fruit／hoa quả
- ☐ ケーキ kēki：cake／bánh ngọt
- ☐ さかな sakana：fish／cá
- ☐ たまご tamago：egg／trứng
- ☐ にく niku：meat／thịt
- ☐ やさい yasai：vegetable／rau
- ☐ 〜が たべたいです 〜 ga tabetai desu：I want to eat 〜／tôi muốn ăn 〜
- ☐ なにが たべたいですか。 Nani ga tabetai desu ka?：What would you like to eat?／Anh/chị muốn ăn gì?

e-L Food, Drink ②
Drinks

e-L Food, Drink ③
How does it taste?

VOCABULARY
- ☐ しょっぱい shoppai：salty／mặn
- ☐ すっぱい suppai：sour／chua
- ☐ ステーキ sutēki：steak／thịt bít tết
- ☐ にがい nigai：bitter／đắng
- ☐ レモン remon：lemon／quả chanh
- ☐ 味が ない aji ga nai：flavorless／không có vị
- ☐ おいしくない oishikunai：not good tasting／không ngon

e-L Food, Drink ④
How does it taste?

VOCABULARY
- ☐ あめ ame：candy／kẹo
- ☐ チョコレート chokorēto：chocolate／sô cô la
- ☐ ドーナツ dōnatsu：donut／bánh vòng donut

Unit 5

e-L Day, Month ①
Days

VOCABULARY
- ☐ なんようびですか。 Nan'yōbi desu ka?：What day is it?／thứ mấy?

e-L Day, Month ②
Months

e-L Day, Month ③
Dates（1st-10th）

 e-L Shopping ②
Price

 e-L Day, Month ④
Dates（11th-31st）

 e-L Shopping ③
Evaluation

 e-L Day, Month ⑤
My birthday

 e-L Shopping ④
Stock

VOCABULARY
- ともだち tomodachi：friend ／ thứ bảy

VOCABULARY
- ちょっと chotto：a little ／ một chút
- どうですか。Dō desu ka?：How is it? ／ thế nào?
- ～は ありますか。～ wa arimasu ka?：Do you have ~? ／ có ~ không?

 e-L Weather, Season ⑤

Unit 7

 e-L Town, Transportation ①
Town

Unit 6

 e-L Shopping ①
Goods

VOCABULARY
- くつした kutsushita：socks ／ tất
- コート kōto：coat ／ Áo choàng
- ジャケット jaketto：jacket ／ áo khoác
- スカート sukāto：skirt ／ váy
- ドレス doresu：dress ／ váy liền
- ネクタイ nekutai：necktie ／ cà vạt
- マフラー mafurā：scarf ／ khăn quàng

e-L Town, Transportation ②
Shops

VOCABULARY
- ケーキや kēki-ya：cake shop ／ tiệm bánh ngọt
- はなや hana-ya：florist ／ cửa hàng hoa
- パンや pan-ya：baker ／ cửa hàng bánh mì
- ほんや hon-ya：bookstore ／ cửa hàng sách
- やおや yao-ya：greengrocer ／ cửa hàng rau

Unit 8

 e-L Buildings, Facilities ①

VOCABULARY
- [ ] うけつけ uketsuke：reception／Lễ tân
- [ ] エアコン eakon：air conditioner／Máy lạnh
- [ ] ドア doa：door／Cửa
- [ ] まど mado：window／Cửa sổ
- [ ] れいぞうこ rēzōko：refrigerator／Tủ lạnh

 e-L Buildings, Facilities ②

VOCABULARY
- [ ] 〜は どこですか 〜 wa doko desu ka？：Where is 〜？／Ở đâu ~?

Unit 9

 e-L Belongings ① Belongings

VOCABULARY
- [ ] えんぴつ enpitsu：pencil／bút chì
- [ ] けしゴム keshigomu：eraser／tẩy
- [ ] ノート nōto：notebook／vở
- [ ] はさみ hasami：scissors／kéo

 e-L Belongings ②

VOCABULARY
- [ ] だれの〜 dare no 〜：Whose 〜／Của ai 〜
- [ ] Aの〜 A no 〜：A's 〜／〜của A

Unit 10

 e-L Family ① Family members

 e-L Family ② Occupations

VOCABULARY
- [ ] いしゃ isha：doctor／bác sĩ
- [ ] せんせい sensē：teacher／giáo viên
- [ ] けいさつかん kēsatsukan：police officer／cảnh sát
- [ ] しゅふ shufu：housewife／nội trợ
- [ ] うんてんしゅ untenshu：driver／tài xế

 e-L Family ④ Male/Female

VOCABULARY
- [ ] おとこの ひと otoko no hito：man／người con trai
- [ ] おんなの ひと on'na no hito：woman／người con gái
- [ ] かのじょ kanojo：she／cô ấy
- [ ] かれ kare：he／anh ấy

Unit 11

 e-L Body, Health ① Body parts

VOCABULARY
- [ ] のど nodo：throat／họng

e-L Body, Health ②
Health

VOCABULARY
- かぜです kaze desu : it is a cold / tôi bị cảm
- アレルギーです arerugī desu : it is allergies / tôi bị dị ứng
- こしが いたいです koshi ga itai desu : my (lower) back hurts / tôi đau lưng

Challenge! / Thử thách!
(チャレンジ！)

 e-L Food, Drink ③
Fruits, Vegitables

VOCABULARY
- じゃがいも jagaimo : potato / khoai tây
- ニンジン ninjin : carrot / cà rốt
- ブドウ budō : grapes / nho
- モモ momo : peach / đào
- メロン meron : melon / dưa lưới
- ～が すきです ~ ga suki desu : I like ~ / tôi thích ~
- ～が きらいです ~ ga kirai desu : I do not like ~ / tôi ghét ~

 **e-L Most basic expressions ③**
Self-introduction

VOCABULARY
- がくせい gakusē : student / sinh viên
- しゅみは ～です shumi wa ~ desu : My hobbies are ~. / Sở thích của tôi là ~.
- ～に すんで います ~ ni sunde imasu : I live in ~. / Tôi sống ở ~.

 e-L Most basic expressions ⑤
What color is it?

VOCABULARY
- きいろ kīro : yellow / màu vàng
- ちゃいろ chairo : brown / màu nâu
- みどり midori : green / màu xanh lá cây
- ピンク pinku : pink / màu hồng

 e-L Number ⑤
Yes/No

VOCABULARY
- これは ～ですか。 Korewa ~ desu ka? : Is this a ~? / đây là ~ phải không?
- はい、そうです。 Hai, sō desu. : Yes, that is correct. / vâng, đúng vậy
- いいえ、ちがいます。 Īe, chigaimasu. : No, that is not correct. / không, không phải
- ～は ありますか。 ~ wa arimasu ka? : Do you have ~? / có ~ không?
- ～こ あります。 ~ ko arimasu. : I have ~ (many). / có ~ cái.

 e-L Weather, Season ①
Weather

VOCABULARY
- てんきは どうですか。 Tenki wa dōdesu ka? : How is the weather? / Thời tiết thế nào?
- はれです。 Hare desu. : It's sunny / Trời nắng.
- あめです。 Ame desu. : It's rain. / Trời mưa.
- くもりです。 Kumori desu. : It's cloudy. / Trời mây.
- ゆきです。 Yuki desu. : It is snow. / Có tuyết.
- たいふうが きます。 Taifū ga kimasu. : A typhoon is coming. / Có bão đến.
- にちようびは あめです。 Nichiyōbi wa ame desu. : It is rainy on Sunday. / Chủ nhật trời mưa.

e-L Weather, Season ②
Season

VOCABULARY

- [ ] はる haru : spring / mùa xuân
- [ ] なつ natsu : summer / mùa hè
- [ ] あき aki : autumn / mùa thu
- [ ] ふゆ fuyu : winter / mùa đông
- [ ] あつい atsui : hot / nóng
- [ ] さむい samui : cold / lạnh
- [ ] あたたかい atatakai : warm / ấm
- [ ] すずしい suzushī : cool / mát

e-L Family ⑤
Appearance

- [ ] せが たかい se ga takai : tall / cao
- [ ] せが ひくい se ga hikui : short / thấp
- [ ] かみが ながい kami ga nagai : long haired / tóc dài
- [ ] かみが みじかい kami ga mijikai : short haired / tóc ngắn
- [ ] わかい wakai : young / trẻ
- [ ] ふとい futoi : thick / béo
- [ ] ほそい hosoi : thin / gầy

e-L Weather, Season ③
Nature

VOCABULARY

- [ ] うみ umi : ocean / biển
- [ ] やま yama : mountain / núi
- [ ] かわ kawa : river / sông
- [ ] いけ ike : pond / hồ
- [ ] き ki : tree / cây
- [ ] もり mori : forest / rừng
- [ ] そら sora : sky / bầu trời
- [ ] くも kumo : cloud / mây
- [ ] たいよう taiyō : sun / mặt trời
- [ ] つき tsuki : moon / mặt trăng
- [ ] ほし hoshi : star / ngôi sao

e-L Body, Health ③
Sports

VOCABULARY

- [ ] ～を します ～ o shimasu : do, play / làm/ chơi ~
- [ ] サッカー sakkā : soccer / bóng đá
- [ ] やきゅう yakyū : baseball / bóng chày
- [ ] テニス tenisu : tennis / tenis
- [ ] ゴルフ gorufu : golf / golf
- [ ] たっきゅう takkyū : table tennis / bóng bàn
- [ ] すいえい suiē : swimming / bơi lội
- [ ] スキー sukī : ski / trượt tuyết
- [ ] じゅうどう jūdō : judo / môn jyudo
- [ ] ジョギング jogingu : jogging / đi bộ
- [ ] ダンス dansu : dance / khiêu vũ

e-L Family ③
How to count people

VOCABULARY

- [ ] かんごし kangoshi : nurse / y tá

 Body, Health ④
Daily life

VOCABULARY

- ☐ おきます okimasu：wake up ／ ngủ dậy
- ☐ ねます nemasu：sleep ／ ngủ dậy
- ☐ いえに かえります ie ni kaerimasu：go home ／ đi về nhà
- ☐ かいものを します kaimono o shimasu：go shopping ／ mua đồ
- ☐ りょうりを します ryōri o shimasu：cook ／ nấu ăn
- ☐ そうじを します sōji o shimasu：clean ／ dọn dẹp
- ☐ べんきょうを します benkyō o shimasu：study ／ học

Find Your Active Code Here
Mã kích hoạt ở đây
（アクティブ・コードはコチラから）

One sticker has been placed on top of another. Please remove the top sticker as illustrated to find your 12-digit code. Please input this code when logging in.

Miếng dán bảo mật có hai lớp. Gỡ một miếng bên trên như hình vẽ sẽ nhận được mã 12 con số. Hãy dùng mã này khi đăng nhập (login).

シールは２枚重ねになっています。図のように、上の１枚をはがすと、12ケタのコードを確認することができます。ログインの際、入力してください。

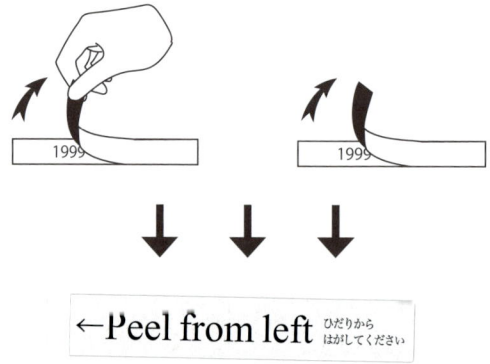

! This sticker cannot be put back once it is peeled off. If the code is entered via unauthorized means, your registration will later be nullified and you will be unable to use the service.

Miếng dán không dùng lại được. Nếu dùng mã bất chính sẽ bị hủy đăng kí và không sử dụng được nữa.

シールは一度はがすと元に戻せません。不正にコードを入力した場合、あとで登録が無効になり、利用できなくなります。